സാഗരവീചികൾ

(കവിതകൾ)

ലക്ഷ്മി വി. നായർ

VAYANAPPURA

SAGARAVEECHIKAL
(Malayalam Poems)
by **Lekshmi V Nair**

Vayanappura Publications, Ernakulam
Published On : September 2021
Cover Design : C V Harindran
Page Layout : Siva S Nair
Published by: Vayanappura Publications
Anathanam Studios, Old Railway Station
Cross Road, Ernakulam
Pin: 682018
Mob: 9074188300
e-mail: vayanappuraeditorial@gmail.com
web address: www.vayanappurabooks.com

ISBN: 9789390999309

Price:- 130/-

ലക്ഷ്മി വി നായർ

1951 മെയ് അഞ്ചിന് പുതിയമഠത്തിൽ പത്മനാഭൻ നായരുടെയും കുന്നപ്പള്ളി പതിനെട്ടാം വീട്ടിൽ നാരായണിക്കുട്ടിയമ്മയുടെയും മകളായി ജനിച്ചു. വിദ്യാഭ്യാസം ആയിഷാബീബി എൽ. പി സ്ക്കൂൾ, മണ്ണൂർ, കൃഷ്ണാ യു. പി സ്ക്കൂൾ, ഫറോക്ക് ഗവൺമെന്റ് ഗണപത് ഹൈസ്ക്കൂൾ എന്നിവിടങ്ങളിൽ പ്രാഥമിക വിദ്യാഭ്യാസം. ഭർത്താവ് പുതിയമഠത്തിൽ വിശ്വനാഥൻ നായർ. (എക്സ് ഇന്ത്യൻ എയർഫോഴ്സ്).

മക്കൾ- മനോജ് വിശ്വനാഥൻ (ദുബായ് എമിറേറ്റ്സ്), സുധീർവിശ്വനാഥൻ - (ഇൻഷൂറൻസ്), ഡോ.പ്രശാന്ത് വിശ്വനാഥൻ - (റിസർച്ച് സൈന്റിസ്റ്റ്, റീജിയണൽ വൈറസ് റിസർച്ച് ഡയഗണോസ്റ്റിക് ലബോറട്ടറി, ഗവഃ മെഡിക്കൽ കോളേജ്, കോഴിക്കോട്).

മരുമക്കൾ - പ്രബിത സുധീർ (ടീച്ചർ, G.G.H.S. ഫറോക്ക്) ഡോ. ഗംഗപ്രശാന്ത് (അസി. പ്രൊഫസർ, അയ്യപ്പാസ് കോളേജ് ചെങ്ങന്നൂർ).

പേരക്കുട്ടികൾ - ഹരിഗോവിന്ദ് മനോജ്, അഭിറാം സുധീർ, അദ്വൈത് പ്രശാന്ത്.

വിലാസം - ലക്ഷ്മി വിഹാർ
മണ്ണൂർ പി.ഒ. കോഴിക്കോട്
പിൻ : 673328
Email: lakshmiviswam1@gmail.com

ആമുഖം

പത്താംതരം വരെയേ പഠിക്കാൻ കഴിഞ്ഞുള്ളു. പഠിച്ച സ്ക്കൂളുകളിലെല്ലാം ഡാൻസ്, പാട്ട് തുടങ്ങിയവയിലെല്ലാം സമ്മാനങ്ങൾ വാരിക്കൂട്ടി. ലൈബ്രറിയിൽ നിന്നു കിട്ടുന്ന പുസ്തകങ്ങൾ വായിക്കുക. അതായി പിന്നത്തെ ഇഷ്ടകാര്യം.

19-ാമത്തെ വയസ്സിൽ വിവാഹം. കുട്ടികൾ, അന്യദേശവാസം. ഇതിനിടയിൽ മനസ്സിൽ ഉരുത്തിരിയുന്ന വരികൾ കടലാസിൽ എഴുതി വെയ്ക്കുന്ന പതിവുണ്ടായിരുന്നു. ഭർത്താവ് വായുസേനയിൽ നിന്നും വിടുതൽ വാങ്ങി നാട്ടിൽ തറവാട്ടിൽ കൂട്ടുകുടുംബമായി സ്ഥിരതാമസമായി. ഭർത്താവിന് അബുദാബി എയർഫോഴ്സിൽ ജോലി കിട്ടി. കുട്ടികളുടെ വെക്കേഷൻ അബുദാബിയിൽ ആയിരിക്കും. എഴുത്ത് തുടരുന്നുണ്ടായിരുന്നു. ഒന്നും ആരേയും കാണിച്ചില്ല. കളിയാക്കിയാലോ എന്ന തോന്നൽ. അങ്ങനെ നാലഞ്ചു കൊല്ലം മുമ്പാണ് ഫേസ്ബുക്കിൽ വന്നത്. ആദ്യത്തെ ഗ്രൂപ്പ് വായനപ്പുരയാണ്. അതിപ്പോഴും തുടരുന്നു. എന്തൊക്കെയോ എഴുതി വെച്ച വിവരം ആദ്യം അറിയിച്ചത് ശ്രീമതി സുഷമ അമ്മങ്കോടിനോടായിരുന്നു. അവർ തന്ന ധൈര്യമാണ് എന്റെ രചനകൾ പുറത്തു വരാൻ കാരണം. പിന്നെ ശ്രീ കൃഷ്ണരാജശർമ്മ, ശ്രീ ജോസഫ് ബോബി അവരൊക്കെതന്ന ആത്മവിശ്വാസം അത് ഏറെ വലുതായിരുന്നു. ഗ്രൂപ്പുകൾ നടത്തുന്ന കവിതാ രചന മത്സരം, ആലാപന മത്സരം, രാമായണ ആലാപന മത്സരം ഇവയിലൊക്കെ നിരവധി സമ്മാനങ്ങൾ കിട്ടിയിട്ടുണ്ട്. അതിപ്പോഴും തുടരുന്നു. തൂലിക, മൊഴിമുറ്റം ഗ്രൂപ്പുകൾ പ്രസിദ്ധീകരിച്ച കവിതാ സമാഹാരത്തിൽ എന്റെ കവിതയും ഉണ്ട്. ഇപ്പോഴും ഗ്രൂപ്പുകളിൽ സജീവം.

എന്റെ പഞ്ചായത്തിൽ വയോജനങ്ങൾക്കായി സംഘടിപ്പിച്ച കവിത രചന, കഥാരചന, കവിതാലാപനം, നാടൻപാട്ട്, മാപ്പിളപ്പാട്ട്, നാടകഗാനാലാപനം ഇവയിലെല്ലാം ഒന്നാം സ്ഥാനം. ബ്ലോക്ക് പഞ്ചായത്തിലും കഥാരചന, കവിതാലാപനം, നാടൻപാട്ട് ഇവയിലും സമ്മാനങ്ങൾ കിട്ടി.

സാഹിത്യഗ്രൂപ്പുകൾ, എന്റെ ഇരുളടഞ്ഞ ജീവിതത്തിന് പ്രകാശധാരയായി എന്ന് പറയാതെ വയ്യ. ഇപ്പോൾ എല്ലാ കാര്യത്തിനും കൂടെ നിന്ന് പ്രോത്സാഹനം തരുന്ന എന്റെ ഭർത്താവും, മക്കളും, മരുമക്കളും, സഹോദരന്മാരും അവരുടെ കുടുംബവും അവരോടൊക്കെ സ്നേഹം, സന്തോഷം. കവിത പുസ്തകമാക്കാൻ സഹായിച്ച മൊഴിമുറ്റം സുരേഷ് ജിക്ക് നന്ദി സ്നേഹം. പുസ്തകമാക്കാൻ ഏറ്റ വായനപ്പുര ബുക്സി ന്റെ സാരഥി പോൾസൺ തേങ്ങാപ്പുരക്കലിനും നന്ദി, സ്നേഹം. എന്റെ എല്ലാ സുഹൃത്തുക്കൾക്കും നന്ദി.

എന്റെ ആദ്യ കവിതാസമാഹാരമായ 'സാഗരവീചികൾ'ക്ക് ഭംഗിയായി അവതാരിക എഴുതിത്തരാൻ സന്മനസ്സു കാണിച്ച ഗോപി പുതുക്കോട്; അദ്ധ്യാപകനും, അദ്ധ്യാപക പരിശീലക നുമായിരുന്ന അദ്ധേഹം, മലപ്പുറം ഡയറ്റ് സീനിയർ ഫാക്കൽറ്റിയാ യി 2021 മാർച്ചിൽ വിരമിച്ചു. 'ബാലസാഹിത്യം മലയാളത്തിൽ' കാലിക്കറ്റ് യൂണിവേഴ്സിറ്റിയിൽ ഗവേഷണം നടത്തിയിട്ടുണ്ട്. മുപ്പത്തിയഞ്ചു കൃതികൾ പ്രസിദ്ധീകരിച്ചു. തപസ്വ പുരസ്കാരം, നവസാഹിതീ പുരസ്കാരം പായൽ ബുക്സ് പുരസ്കാരം മായാ കൊയ്നെ സ്മാരക പുരസ്കാരം, കുഞ്ഞുണ്ണി പുരസ്കാരം എന്നീ അംഗീകാരങ്ങൾ നേടി. ഇപ്പോൾ മലപ്പുറം രാമനാട്ടുകരയിൽ താ മസം. അദ്ദേഹത്തിനെന്റെ ഹൃദയം നിറഞ്ഞ നന്ദി, സ്നേഹാദരം.

എന്റെ ആദ്യ കവിതാ സമാഹാരമായ 'സാഗരവീചികൾ'ക്ക് ഒരു അവതാരിക എഴുതിത്തരണമെന്ന് എന്റെ അനിയന്റെ (റിട്ട. സീനിയർ ഓഡിറ്റ് ഓഫീസർ, ഏജീസ് ഓഫീസ് കോഴിക്കോട്) ഭാര്യമാതാവ് സരോജിനി ടീച്ചർ വഴിയാണ് ഞാൻ ആവശ്യം ഉന്ന യിച്ചത്. അത് കേട്ട മാത്രയിൽ അവരോട് വരാൻ പറയൂ എന്ന് പറഞ്ഞ ആ സന്മനസ്സിന് ഗോപി പുതുക്കോടിനും, ഇതിന് വഴി യൊരുക്കിയ സ്നേഹധനയായ സരോജിനി ടീച്ചർക്കും നന്ദി നമസ്ക്കാരം.

എന്റെയീ ആദ്യ കവിതാസമാഹാരം ഞാൻ സഹൃദയരാ യ വായനക്കാരുടെ സമക്ഷം സ്നേഹപൂർവ്വം സമർപ്പിക്കുന്നു. ഈ സാഗരവീചികളെ സദയം, സന്തോഷം സ്വീകരിച്ചു അ നുഗ്രഹിക്കണം എന്ന് വിനീതയായി അഭ്യർത്ഥിക്കുന്നു. നന്ദി,

സ്നേഹപൂർവ്വം

ലക്ഷ്മി വി. നായർ

അവതാരിക

കനമുള്ള കവിതകൾ

പഞ്ചേന്ദ്രിയങ്ങളും അനുഭൂതിയുടെ വാതായനങ്ങളായി തുറന്നിടുന്നവരാണ് വിജയശ്രീലാളിതരായ എഴുത്തുകാർ വൈവിധ്യങ്ങളുടെ കലവറയായ പ്രപഞ്ചത്തിലേയ്ക്ക് കണ്ണുകൾ തുറന്നുവെച്ച സർഗധനയായ കവയിത്രിയാണ് ലക്ഷ്മി വി നായർ. കാണുന്നതും കേൾക്കുന്നതും രുചിക്കുന്നതും മണക്കുന്നതും സ്പർശിക്കുന്നതുമെല്ലാം ഒരേയളവിൽ ആവിഷ്ക്കരണങ്ങൾക്കുള്ള അസംസ്കൃത വസ്തുക്കളായി മാറുന്നിടത്ത് സൃഷ്ടികളിലെ വൈചിത്ര്യവും വൈവിധ്യവും വെളിവാക്കപ്പെടും. അത്തരം അമ്പതിലധികം രചനകൾ ഉൾക്കൊള്ളുന്ന കവിതക്കുടന്നയാണ് സാഗരവീചികൾ.

പ്രണയം, പ്രവാസം, പ്രകൃതിദൃശ്യം, സ്തുതിഗീതങ്ങൾ, വ്യക്തിപൂജ, ഗൃഹാതുരത്വം, ലോകരഹസ്യം, നിസ്സഹായത, ആഘോഷമേള, ഗോത്രസ്മൃതി എന്നിങ്ങനെ പത്തു മേഘലകളെങ്കിലുമായി മൊത്തം കവിതകളെ വേർതിരിക്കാവുന്നതാണെങ്കിലും ചേതോഹരങ്ങളായ ഏതാനും പ്രണയകവിതകളാണ് ഈ സമാഹാരത്തെ ജീവസ്സുറ്റതാക്കുന്നതെന്ന് നിസ്സംശയം പറയാം. നിത്യപ്രണയത്തിന്റെ സാഗരവീചികളാൽ പ്രക്ഷുബ്ധമാണ് ഈ കവി മനസ്സ്. (പ്രണയഗീതങ്ങൾ ചമയ്ക്കുമ്പോൾ കവയിത്രി കാമുകനായി

കൂടുമാറുന്നതും കൗതുകമുള്ള കാഴ്ചയാണ്) പ്രണയലാവണ്യം അലയടിക്കുന്ന പ്രണയത്തെക്കുറിച്ചു പാടുമ്പോൾ അങ്ങേയറ്റം തരളമാകുന്ന, മനസ്സ്. 'പ്രണയത്തിൻ പാലാഴിത്തിരകളിൽ നമ്മൾ സ്വർണ്ണമത്സ്യങ്ങളായ് വിഹരിച്ച നാളുകൾ' കവയിത്രിയ്ക്ക് മറക്കാനാവുന്നില്ല.

'മോഹനലാസ്യ പ്രണയഗീതമെൻ
മനസ്സിലുണരുന്നിതേ
അങ്ങകലെ കുടിലിനുള്ളിൽ
നീയുമുറങ്ങാതിരിക്കയോ' എന്ന് കവി കൗതുകം കൊള്ളുന്നു.

മലയാളസിനിമയിലെ ഏതു പ്രണയഗാനത്തേയും വെല്ലുന്ന ഒന്നാണ് 'സ്വപ്ന സുന്ദരി' എന്ന കവിത.

'കുളിരുള്ള കാറ്റിന്റെ സുഖമുള്ള സന്ധ്യയിൽ
വിരിയുന്ന പൂക്കളെ നോക്കി നിൽക്കേ
അരിമുല്ല പൂക്കളെ വെല്ലുന്ന ചിരിയുമായ്
അരികത്തു വന്നു നീ പൂത്തുനിന്നു
മറ്റൊരരിമുല്ലവള്ളിയായ് ചേർന്നുനിന്നു' എന്നെഴുതുമ്പോഴുള്ള പ്രണയജ്വരം പിടിപെട്ട യുവകാമുകനായുള്ള കവയിത്രിയുടെ ഭാവമാറ്റം അത്ഭുതാവഹമാണ്.

'ഓണനിലാവിന്റെ ചാരുതയപ്പോൾ
ഓമനേ നിൻ മുഖത്തോടിയെത്തി

താരകക്കുഞ്ഞുങ്ങൾ കണ്ണുചിമ്മി
ചന്ദ്രിക ചന്ദനം ചാർത്തി നിന്നു

ചെമ്പകപ്പൂമണം കൊണ്ടുവന്ന
തെന്നലും നാണം കുണുങ്ങി നിന്നു

കാവിലെ ദൈവങ്ങൾ കണ്ണുപൊത്തി
നമ്മളൊന്നായി ചേർന്നലിഞ്ഞു' എന്നൊക്കെ അനായാസമായൊഴുകുന്ന സർഗ്ഗവൈഭവത്തിനു മുമ്പിൽ ആരും വിസ്മയിച്ചു നിന്നു പോകും.

'പൂനിലാപ്പാലൊളിപ്പൊയ്കയിൽ ഞങ്ങൾ
ഇണയരയന്നങ്ങളായിരുന്നു
ആരാമവേദികളിൽ കുസുമദലങ്ങളിൽ
മധുവുണ്ണും ശലഭങ്ങളായിരുന്നു' (വർഷമേഘം)

എന്നൊക്കെ പ്രണയാതുര സ്മരണകൾ പേർത്തും പേർത്തും അയവിറക്കുന്നുണ്ട് കവയിത്രി.

നീയില്ലാതെ, വിരഹാഗ്നി തുടങ്ങിയവയും നഷ്ട പ്രണയത്തിന്റെ വിശിഷ്ട സ്മരണകളത്രെ.

പലായനം, കാത്തിരിപ്പ്, പൊലിയുന്ന സ്വപ്നങ്ങൾ, പീഡനം എന്നീ കവിതകൾ പ്രവാസത്തിന്റെ പ്രശ്നങ്ങളും പ്രതിസന്ധികളും പ്രമേയമാക്കുന്നു. പ്രാണരക്ഷാർത്ഥം പലായനം ചെയ്യുന്ന ദേശവാസികളെ സ്വീകരിക്കണമെന്ന ആഹ്വാനമാണ് 'പലായനം.' അകലെ തരിശുഭൂവിൽ ഉരുകിയൊഴുകും വിയർപ്പുതുള്ളികളുമായി കഴിയുന്ന പ്രിയതമനെ വേഴാമ്പലിനെപ്പോലെ കാത്തിരിക്കുന്ന പ്രണയിനിയുടെ കരളലിയിക്കുന്ന ചിത്രം കോറിയിട്ടതാണ് 'കാത്തിരിപ്പ്.' മാതൃത്വത്തിന്റെ നോവാണ് 'പൊലിയുന്ന സ്വപനങ്ങൾ.' മറ്റൊരിണയെത്തേടി പറന്നകന്ന പ്രേയസിയെയോർത്ത് കേഴുന്ന പ്രവാസി യുവാവിന്റെ നൊമ്പരപ്പെടുത്തുന്ന ചിത്രമായ 'പീഡനം' വേറിട്ടൊരു രചനയാണ്.

നിമിഷാർദ്ധത്തിലെ ഒറ്റക്കാഴ്ചയെ ചേതോഹരമായി പുനരാവിഷ്ക്കരിഷ്ക്കരിക്കാനുള്ള കവിയുടെ അനിതരസാധാരണമായ മിടുക്കിന് ഈ സമാഹാരത്തിലെ പ്രകൃതിവർണ്ണനകൾ തെളിവാണ്. വേനൽമഴയിൽ, എന്റെ കേരളം, കാട്ടുപൂവ്, ബാഷ്പ്പാഞ്ജലി, ഉത്സവമേളം തുടങ്ങിയ കൃതികൾ ഈ ഗണത്തിൽ വരും. പ്രകൃതിയുടെ നിത്യാരാധികയായ കവയിത്രി പ്രപഞ്ചസ്രഷ്ടാവായ ദൈവത്തെ സ്തുതിക്കുന്നതിനുള്ള ഒരവസരവും പാഴാക്കുന്നില്ല

'സൗപർണ്ണികാ തീർത്ഥമതിലെ
പുണ്യമെന്നിലെന്നു മൊഴുകാൻ
വരമരുളുക വാണീ ഭഗവതീ
കഴലിണ കൂപ്പിത്തൊഴുന്നു നിത്യം' എന്നു സരസ്വതിയെ സ്തുതിക്കുന്ന അതേ നാവാൽത്തന്നെ

'അഷ്ടമിരോഹിണി നാളല്ലേ
എന്റെ കണ്ണനാമുണ്ണിക്കു പിറന്നാള്' എന്ന് കണ്ണനെ പാടിയുണർത്തുന്നുമുണ്ട്. ഭക്തിപാരവശ്യത്തോടെ അക്ഷരപ്രസാദത്തിനായി അമ്മയുടെ മുന്നിൽ കൈനീട്ടി നിൽക്കുന്ന കവിചിത്രം 'അക്ഷരപ്രസാദം' എന്ന കവിതയിൽ തെളിഞ്ഞു കാണാം. ഏകാ

ദശിനാളിൽ, ഗുരുവായൂരപ്പനു മുമ്പിൽ തൊഴുതുനിൽക്കുന്ന കവിചിത്രവും ചേതോഹരം (ഏകാദശീവ്രതനാളിൽ)

പ്രകൃതിക്കുവേണ്ടി അന്ത്യശ്വാസംവരെ പോരാടിയ സുഗതകുമാരിയെ അനുസ്മരിക്കുന്ന 'ബാഷ്പാഞ്ജലി' അവർക്കുള്ള ഉചിതമായ ശ്രദ്ധാഞ്ജലി തന്നെ. സ്വന്തം അമ്മയ്ക്ക് ആദരാഞ്ജലിയർപ്പിച്ചു കൊണ്ടുള്ള 'അമ്മ' വേറിട്ട രചനയാണ്.

ലക്ഷണമൊത്ത ഒരു ഗൃഹനായികയുടെ പ്രതികരണങ്ങൾ എന്ന നിലയിൽവേണം ഗൃഹാന്തരീക്ഷത്തിലെ സങ്കീർണ്ണതകൾ വരച്ചിടുന്ന കവിതകളെ വിലയിരുത്തുവാൻ. ഇതിൽ കൂടുതലും വിഷാദഭരിതമാകുന്നത് കാലത്തിന്റെ കോലം അങ്ങനെയായതു കൊണ്ടുതന്നെ. സ്ഥലം കാലിയാക്കണമെന്ന മക്കളുടെ അന്ത്യശാസനത്തിനു മുമ്പിൽ തേങ്ങലോടെ പടിയിറങ്ങുന്ന അച്ഛനെ 'പടിയിറക്കം' എന്ന കവിതയിൽ കാണാം.

കൂട്ടിനാരുമില്ലാതെ കൂട്ടിലകപ്പെട്ടു ജീവിക്കാൻ വിധിക്കപ്പെട്ട കുട്ടിയുടെ ചിത്രം (കുട്ടനെന്നും ഒറ്റയ്ക്കാ) ആരെയാണ് നൊമ്പരപ്പെടുത്താത്തത്!

അനാഥാലയത്തിൽ നടതള്ളപ്പെട്ട അമ്മയുടെ ദൈന്യമാണ് 'മൂകം' എന്ന കവിതയുടെ പ്രമേയം.

ഇനിയും വരുന്ന തലമുറയ്ക്കായ്
തീർക്കണം വൃദ്ധമന്ദിരങ്ങൾ
അവർക്കുള്ള വഴികാട്ടി നിങ്ങളല്ലേ?

അതുകണ്ടു വളരുന്ന മക്കളല്ലേ? എന്ന ധാർമ്മികരോഷം സമകാലിക സമൂഹത്തിനുള്ള ശക്തമായ മുന്നറിയിപ്പുകൂടിയാവുന്നു. ചുറ്റിലുമുള്ളത് കാണുകയും കേൾക്കുകയും ചെയ്യുന്നതിനപ്പുറം ലോകരഹസ്യങ്ങളുടെ അപാരതയിലേക്ക് ഊളിയിടുന്നതും കവിക്കു രസമാണ്. അങ്ങനെ കണ്ടെടുക്കുന്ന ദർശനങ്ങളെ കവിതയുടെ ചിപ്പിയിലാക്കി അനുവാചകർക്കു സമർപ്പിക്കാനുള്ള ശ്രമമാണ് ചിതൽപ്പുറ്റ്, കാലത്തിന്റെ ചിരി, പ്രക്ഷുബ്ധമാനസം, പോർവിളികൾ തുടങ്ങിയ രചനകൾ.

ക്ഷണികമീ ജനിമൃതികൾക്കിടയിൽ
ലഭിച്ചൊരിടവേള ധന്യമാക്കീടാം (ജനിമൃതികൾ) എന്നും,

സ്വാർത്ഥമോഹാന്ധരായ് പരക്കംപായുമീ
മർത്ത്യനെ മാത്രം കടിഞ്ഞാണിട്ടതാര് (ഉയരങ്ങൾ തേടുമ്പോൾ) എന്നുമൊക്കെ വായിക്കുമ്പോൾ കേവലാസ്വാദനത്തിന്റെ തലം വിട്ട് കവിത ഉയർന്നു നിൽക്കുന്നതു കാണാം. കാലം അവിശ്രമം പായുമൊരശ്വം, ജീവിതം ഒരു നീർക്കുമിള - ഇങ്ങനെയുള്ള ശീർഷകങ്ങൾതന്നെ ആലോചനാമൃതമാണല്ലോ!

നിസ്സഹായരുടേയും അവഗണിക്കപ്പെടുന്നവരുടേയും അധഃകൃതരുടേയും അരികുവൽക്കരിക്കപ്പെട്ടവരുടേയും കൂടെയാണ് താനെന്നു പറയാൻ കിട്ടുന്ന ഒരവസരവും ഈ കവി പാഴാക്കുന്നില്ല. അനാഥജന്മങ്ങൾ, സ്വപ്നക്കച്ചവടക്കാർ, കാടിന്റെ മകൻ കരയുന്നു, ക്രൂരത, കാടിറങ്ങുന്ന കൊമ്പന്മാർ, വനരോദനം, തെരുവിലെ ബാല്യം എന്നിങ്ങനെ ഒരുപിടി മികച്ച കവിതകൾ ഈ ഗണത്തിൽപ്പെടുന്നു. കഴിഞ്ഞകാലത്തെ നിസ്സഹായതയോടെ തിരിഞ്ഞു നോക്കുന്ന വാർദ്ധക്യം വേദനിപ്പിക്കുന്ന കാഴ്ച്ചയാണ് (ഓർമ്മയിൽ ഒരു മലർവാടി).

മരണമേ നീയെനിക്കനുരൂപനാം
വരനാണെന്നതറിയുന്നു ഞാൻ
വരണമാല്യവുമായ് വരികരികിൽ നീ
വിരവോടിവിടെ കാത്തു നില്പാണു ഞാൻ
എന്നു മരണത്തെ സ്വാഗതം ചെയ്യുന്നുമുണ്ട്
(മരണമേ വരിക നീ) ബാല്യകാല കുതൂഹലങ്ങളുടെ സുവർണ്ണ മുദ്രകൾ പല കവിതകളിലും പതിഞ്ഞിട്ടുണ്ടെങ്കിലും 'കൈനീട്ടം' പോലെ ആഘോഷാവസരങ്ങളെ പൊലിപ്പിച്ചെടുത്ത രചനകളുമുണ്ട്.

അതിശയിപ്പിക്കുന്ന ചിത്രമാണ് 'തേയിപ്പുലയി.' നഗരവാസിയായിരുന്ന കവി ഗോത്രസ്മൃതികളെ ആവാഹിച്ചു സൃഷ്ടിച്ച ഏഴഴകുള്ള കഥാപാത്രം. പത്താംതരം മാത്രം ഔപചാരിക പഠനം നടത്തിയ ഒരാളിൽനിന്ന് ഇത്രയേറെ കാമ്പും കനവുമുള്ള കവിതകൾ കിട്ടുന്നുവെന്നത് ഏറെക്കുറെ അവിശ്വസനീയമാണ്. നൂതനസാങ്കേതിക വിദ്യകൾ സൃഷ്ടിച്ച സമാനഹൃദയരുടെ കൂട്ടായ്മകളുടെ ഗുണഫലമായും ഇതിനെ വായിച്ചെടുക്കണം. സ്വയം ശിക്ഷണത്തിലൂടെ സമാർജിച്ച ആത്മവിശ്വാസവും കൃതഹസ്

തതയും കവയിത്രിയെ ഏറെ സഹായിച്ചിട്ടുണ്ട്. കവിതയുടെ സാഗര വീചികൾ പുതിയ കൈവഴികൾ തേടി കുതിക്കുന്ന ആഹ്ളാദ കരമായ അനുഭവമാണ് ഈ സമാഹാരം പ്രദാനം ചെയ്യുന്നത്.

കൂടുതൽ കനമുള്ള കവിതകൾ, കവിതയിലെ നിത്യാഭ്യാസിയായ ഈ കവയിത്രിയിൽ നിന്ന് പുറത്തുവരുമെന്ന പ്രതീക്ഷയോടെ 'സാഗരവീചികൾ' സഹൃദയസമക്ഷം സസന്തോഷം അവതരിപ്പിക്കുന്നു.

ഡോ. ഗോപിപുതുക്കോട്
രാമനാട്ടുകര,
(29 - 6 - 2021)

പ്രസാധകക്കുറിപ്പ്

വളച്ചുകെട്ടലുകളോ അതിഭാവുകത്വമോ ഇല്ലാതെ ലളിത സാധാരണമായിത്തന്നെ തന്റെ ചിന്തകളെ കവിതാരൂപത്തിൽ പകർന്നു നൽകുകയാണ് സാഗരവീചികൾ എന്ന സമാഹാരത്തിലൂടെ ശ്രീമതി ലക്ഷ്മി വി നായർ എന്ന കവയിത്രി.

അറുപതുമുത്തുകൾ ചേർത്തുകൊരുത്ത വർണ്ണശബളമായ ഒരു ഹാരമാണ് സാഗരവീചികൾ. ജീവിതമാകുന്ന ചിപ്പികൾക്കുള്ളിൽ കാലം നിറച്ച അനുഭവങ്ങൾ, അക്ഷരമുത്തുകളായി ശ്രീമതി ലക്ഷ്മി വി. നായർ എന്ന ഈ അനുഗ്രഹീത എഴുത്തുകാരിയുടെ തൂലികയിൽ നിന്നും ഉതിർന്നുവീണപ്പോൾ, പുസ്തകരൂപത്തിൽ അത് കൈരളിക്ക് സമർപ്പിക്കുക എന്ന ദൗത്യം വായനപ്പുര പബ്ലിക്കേഷൻ സസന്തോഷം ഏറ്റെടുക്കുകയാണ്. വളരെ ലളിതവും മനോഹരവുമായ ഓരോ കവിതയും വായനക്കാർ നെഞ്ചോട് ചേർക്കുമെന്നും, കവയിത്രിക്ക് പ്രോത്സാഹനമേകുമെന്നും ഞങ്ങൾക്ക് വിശ്വാസമുണ്ട്. ഇതാ സ്വീകരിച്ചാലും.

സ്നേഹപൂർവ്വം

പോൾസൺ തേങ്ങാപ്പുരക്കൽ

സമർപ്പണം

സ്നേഹധനരായിരുന്ന, മാതാപിതാക്കൾക്കും, പിതൃ
സഹോദരിയും, ഭർത്താവിന്റെ അമ്മയുമായ, അച്ഛൻ
പെങ്ങൾക്കുമായി ആദരാഞ്ജലികളോടെ എന്റെ
ഈ ആദ്യ കവിതാസമാഹാരം
സമർപ്പിച്ചു കൊള്ളുന്നു.

ഉള്ളടക്കം

1. അക്ഷരപ്രസാദം 17
2. അമ്മ 18
3. സ്നേഹസ്പർശം 19
4. കാത്തിരിപ്പ് 20
5. ചിതൽപ്പുറ്റ് 22
6. വിഷുവിഷാദം 23
7. ഞാനറിഞ്ഞ പ്രണയം 24
8. തെരുവിലെ ബാല്യം 26
9. സരസ്വതി സ്തുതി 28
10. കണ്ണന്റെ പിറന്നാൾ 29
11. പ്രണയം മധുരം 31
12. കാടിന്റെ മകൻ കരയുന്നു 33
13. കൈനീട്ടം 35
14. മനസ്സിന്റെ തമസ്സ് 36
15. കാലത്തിന്റെ ചിരി 37
16. പലായനം 38
17. ബാഷ്പാഞ്ജലി 39
18. സ്വപ്നസുന്ദരി 40
19. ഓർമ്മകൾക്കെന്തു സുഗന്ധം 41
20. പ്രക്ഷുബ്ധമാനസം 43
21. പോർവിളികൾ 45
22. വർഷമേഘം 47
23. നീയില്ലാതെ 49
24. എന്റെ കേരളം 50

25. കാട്ടുപൂവ് 51
26. ഓഖി, ഒരു വിലാപം 53
27. പൊലിയുന്ന സ്വപ്നങ്ങൾ 55
28. ജനിമൃതികൾ 57
29. കുട്ടനെന്നും ഒറ്റയ്ക്കാ 58
30. അക്ഷരമാലിക 60
31. ഓർമ്മകളിൽ ഒരു മലർവാടി 62
32. ബാഷ്പാഞ്ജലി 64
33. ക്രൂരത 66
34. മരണമേ വരിക നീ 68
35. നിതാന്തജാഗ്രത 70
36. കാടിറങ്ങുന്ന കൊമ്പന്മാർ 72
37. കാലം അവിശ്രമം പായുമൊരശ്വം 75
38. തേയിപുലയി 77
39. വിരഹാഗ്നി 78
40. ഉയരങ്ങൾ തേടുമ്പോൾ 80
41. ജീവിതം ഒരു നീർക്കുമിള 82
42. ഉത്സവമേളം 83
43. ഇരിക്കുന്ന കൊമ്പ് മുറിക്കാതെ മൂഢരേ 85
44. ഇവൻ താന്തോന്നി 87
45. പുലരി 88
46. പ്രതിജ്ഞ 90
47. മൂകം 92
48. വനരോദനം 93
49. എകാദശി വ്രതനാളിൽ 95
50. പടിയിറക്കം 96
51. പീഡനം 97
52. വേനൽമഴയിൽ 99

53. സ്വപ്നകച്ചവടക്കാർ 101
54. അനാഥജന്മങ്ങൾ 103
55. നിയമങ്ങൾ തേടി 105
56. അഴിയുന്ന ബന്ധങ്ങൾ 107
57. തർപ്പണം 108
58. ഓർമ്മയിലൊരു ചായക്കട 109
59. ഊഴവും കാത്ത് 110
60. അകലമീയുലകിൽ 112

1

അക്ഷരപ്രസാദം

അംബ സരസ്വതി ആദിപരാശക്തി
ആനന്ദരൂപിണി പാലയമാം
അഖിലാണ്ഡേശ്വരി ജ്ഞാനസ്വരൂപിണി
അഭയം ദേവീ നിൻ പദകമലം
അക്ഷരദേവി നിന്നക്ഷയപാത്രത്തിൽ
നിന്നിത്തിരിമുത്തെനിക്കേകിടുകംബികേ
വിദ്യാവിലാസിനി വേദസ്വരൂപിണി
നിൻപാദപത്മം കുമ്പിടുന്നേൻ
ആ കരകമലത്തിൽനിന്നിറ്റിറ്റു വീഴുന്ന
ദാഹജലത്തിനായ് കാത്തിരിപ്പൂ ഞാൻ
അറിവിൻ ജാലകം തുറന്നു തരൂദേവി
ആത്മാവിൽ ദീപം തെളിച്ചുതരൂ
നിൻനാമകീർത്തനം കൊണ്ടെന്റെ ഹൃത്തടം
എന്നും നിറയേണം മൂകാംബികേ
അന്യനു തട്ടിയെടുക്കാൻ കഴിയാത്ത
വിദ്യാധനം എനിക്കേകിടേണം
നിൻ കരതാരിലെ പൊന്നെഴുത്താണിയാൽ
എൻനാവിൽ ഹരിശ്രീ കുറിച്ചിടേണം
മൂകമാമെന്നുടെ അന്തരാത്മാവിൽ
അറിവിൻ പ്രഭയായ് നിറഞ്ഞിടേണം
നിൻചരണങ്ങളിൽ കൈനീട്ടി നിൽപ്പു ഞാൻ
തരികയില്ലേ അമ്മേയെനിക്കക്ഷരപ്രസാദം

●

2

അമ്മ

എത്രയളന്നാലുമുറവ വറ്റാത്തൊരു
സ്നേഹത്തിൻ പാലാഴിയമ്മ
കണക്കുകൾ കൂട്ടികൊടുത്തു തീർക്കാൻ
പറ്റാത്ത സ്നേഹത്തിന്നുറവിടമമ്മ

നന്മകളെല്ലാമൊന്നായ്ച്ചേർന്നൊരു
പുണ്യാവതാരമാണമ്മ
എത്ര ജ്വലിച്ചാലുമണഞ്ഞു പോകാത്തൊരു
നെയ്ത്തിരി നാളമാണമ്മ

പിറന്നുവീണാദ്യം മിഴിയിണ തുറന്നപ്പോൾ
കാണുന്ന ദൈവമാണമ്മ
നെഞ്ചിൻചൂടേകിയമ്മിഞ്ഞപ്പാലൂട്ടുമമ്മ
അമ്പിളിമാമനെ കാണിച്ചു മെല്ലെ
മാമമൂട്ടുന്നതുമമ്മ

കൈവളരുന്നോ കാൽവളരുന്നോയെ-
ന്നരുമയായ് നോക്കി വളർത്തുന്നതമ്മ
താരാട്ടിന്നീണത്തിൽ കുഞ്ഞിനെയുറക്കി
കാവലിരിക്കുന്നതുമമ്മ

എത്രവളർന്നാലുമമ്മയ്ക്കു മക്കളെന്നും
കുഞ്ഞുങ്ങളാണെന്ന തോന്നൽ
നാനാജാതി ജന്തുക്കളിലും
അമ്മതൻ സ്നേഹത്തിന്നൊരേ താളം.

●

3

സ്നേഹസ്പർശം

മറഞ്ഞുപോയ്ക്കാലയവനികയ്ക്കുള്ളിൽ
പാലൂട്ടിത്താരാട്ടി നെഞ്ചിലെ ചൂടേകിയെന്നെ
വളർത്തിയാളാക്കിയോർ ഇന്നും
കൊതിക്കുന്നെന്നച്ഛനമ്മമാർതൻ
സ്നേഹസ്പർശമെൻ ജീവിതത്തിൽ

മുത്തശ്ശനമ്മമ്മമാരവർ തന്നുടെ
ലാളനയേറെയനുഭവിച്ചാസ്വദിച്ചവരെൻ മക്കൾ
കഥകൾ പറയാനും, കൂടെ വിളയാടിടാനും
പേരക്കിടാങ്ങളെ താലോലിക്കുവാനും
കൂടെ വേണം സ്നേഹസ്പർശമായവർ

ആവതുള്ളത്രയും മക്കൾക്കായ് ജീവിതം
ഹോമിച്ച വൃദ്ധമാതാപിതാക്കളെ ഭാരമെന്നോതി
വഴിയിൽക്കളയുന്ന, വൃദ്ധമന്ദിരം തന്നിൽത്തള്ളുന്ന
ഹൃദയശൂന്യരിന്നിന്റെ മക്കൾ
അല്ലെങ്കിൽ വീടിന്റെയാരും കാണാത്ത
ഇരുട്ടുമുറിയിലാക്കുന്നവരും

സ്വന്തം മക്കൾക്ക് മാതൃകയാവേണ്ട
അച്ഛനമ്മമാരോർക്കണം നിങ്ങളും
വൃദ്ധരായ്ത്തീരുകിൽ നിങ്ങൾ കാണിച്ച
വഴിയേ മക്കളും ചരിക്കുമെന്ന്
കൂടെ ചേർക്കണം, തണലേകീടണം
കാലയവനികയ്ക്കുള്ളിലവർ മറയുംവരെ

●

4

കാത്തിരിപ്പ്

അകലെയങ്ങാകാശച്ചെരിവിലായ്
പതിയെ പൊങ്ങുന്നു തിങ്കൾകല

മനമിതിലുദിച്ചു നിൽക്കുന്ന
മുഴുതിങ്കളോ ചിരിതൂകിടുന്നു

അരിയസ്വപ്നജാലങ്ങളിന്നെന്റെ
ഹൃദയതടത്തിൽ വ്യഥാ നിറച്ചിടുന്നു

ഒരുമാത്രയെങ്കിലും നീയെന്റെ
അരികിലണഞ്ഞുവെങ്കിലെന്ന്
വെറുതെ മോഹിച്ചുപോകുന്നു ഞാൻ

അകലെയാതരിശുഭൂവതിലായ്
ഉരുകിയൊഴുകും വിയർപ്പുതുള്ളികളാൽ

ഇവിടെയിരുന്നുണ്ണും ജന്മങ്ങൾക്കറിയുമോ
തീരാത്ത ദു:ഖത്തിന്നലയടികൾ

പ്രണയത്തിൻ നോവുകൾ ചുടുനിശ്വാസമായത്
പ്രതിദിനവും നമ്മെ എരിച്ചിടുന്നു

പതിയെ ഞാനുമെൻദിനചര്യയതിൽ
മുഴുകി നൊമ്പരമകറ്റിടുന്നു

കൊഴിഞ്ഞുവീഴും സുമങ്ങളൊരിക്കലും
തിരികെയെത്തുകയില്ലെന്നതുപോലെ

അടർന്നുവീഴുന്നു ദിനരാത്രങ്ങളും
ജീവിതമിതിൻ സുന്ദരാനുഭൂതികൾ

ഒഴുകിത്തീരുന്നു മിഴിനീർക്കണങ്ങളായ്
സ്നേഹസാഗരം കരളിലൊതുക്കി
കാത്തിരിക്കുന്നു വേഴാമ്പലായ് ഞാൻ

●

5

ചിതൽപ്പുറ്റ്

ചിതൽപ്പുറ്റിനുള്ളിലിരിയ്ക്കും
ജീവികളല്ലെ നിങ്ങൾ
ഒളിച്ചിരുന്നു ചതിയതു ചെയ്തും
മറഞ്ഞിരുന്നു മുടിക്കുന്നവരേ

ആരേകിയീ ചെപ്പടിവിദ്യ
ആരേക്കാളും കേമർ നിങ്ങൾ
ആയുധമതൊന്നുമെടുക്കാതെ
അക്രമഭ്രാന്തുള്ളവരല്ലോ

മാനവഹൃത്തിൽ കൂണുകൾപോലെ
പൊട്ടി മുളയ്ക്കും പുറ്റുകൾ നിറയെ
ചിതലരിച്ചൊരുഹൃത്തുമതായി
ചേലിൽ ക്രൂരത നടമാടുന്നു

പണ്ടൊരു കാട്ടാളൻ
മാമുനിമാരുടെ ഉപദേശമതു
മനമതിലേറ്റി തപം ചെയ്യവേ പുറ്റതു മൂടി
വല്മീകത്തിനുള്ളിലിരുന്ന്
ആത്മജ്ഞാനമതുണ്ടായി

മാമുനിയായി രാമായണമെഴുതി
വാല്മീകത്തിന്നുള്ളിലിരുന്ന്
ദുഷ്ടതമെനയും മർത്ത്യരുമിന്ന്
ഇന്നീക്കാണും വാത്മീകത്തിൽ
നിന്നുണർന്നീടുമോ മാനവചിത്തം

●

6

വിഷുവിഷാദം

വിരുന്നുകാരില്ല വിനോദങ്ങളില്ല
അകലെപ്പോയവർ അണഞ്ഞതുമില്ല
വിഷാദമൂകമീ വിഷുദിനം
തൊടിയിലരുകിലായ് നിൽക്കുന്നതാം
കർണ്ണികാരത്തിലില്ല പൂക്കളേതും

കാണാൻ കൊതിച്ചതാം കർണ്ണികാരത്തിൻ
കനകശോഭ കലരും കാഴ്ചകൾ
ഏതു വിഷാദരേണുക്കളാൽ ഒളിമങ്ങി ശോഭയറ്റുപോയി
കാലഭേദങ്ങളോർമ്മകളിൽ സുന്ദരമർമ്മരമുണർത്തിടുന്നു

ജീവന്റെ ഭാഗംപോലരികിൽ വിലസിയ
ക്ഷേത്രത്തിൽ ദേവനു വച്ച കണി
ഓട്ടുരുളിയിൽ ദീപം, വാൽക്കണ്ണാടി
കൊന്നപ്പൂവതും ചക്ക, മാങ്ങ, യെന്നിങ്ങനെ

രണ്ടമൂന്നാളുകൾ ചേർന്നതു ഞങ്ങൾതൻ
വസതിക്കുമ്മറത്തെത്തി വിളി കേൾക്കുംവരെ
കണ്ണുതുറക്കാതെ കാത്തിരുന്നു
അച്ഛനമ്മമാരും നാലുപൈതങ്ങളും

നടവാതിൽ തുറന്ന് മിഴികൾ തുറക്കുമ്പോൾ
കണി കാണാം ദൈവസാന്നിദ്ധ്യമാം കണി
അച്ഛൻ നൽകുന്നതാം കൈനീട്ടമന്ന്
വിലമതിക്കാനാവാത്ത നാണയത്തുട്ടുകൾ

●

7

ഞാനറിഞ്ഞ പ്രണയം

പ്രണയത്തിൻ പാലാഴിത്തിരകളിൽ നമ്മൾ
സ്വർണ്ണമത്സ്യങ്ങളായ് വിഹരിച്ച നാളുകൾ
ഓർമ്മതൻ ചെപ്പിൽ ഞാനടച്ചു സൂക്ഷിച്ചതാം
തുറന്നൊന്നു നോക്കാനെനിക്കു മോഹം
അറിയരുതാരുമെന്നകതാരിൽ സൂക്ഷിച്ച
അനർഘമാം പ്രേമത്തിൻ മധുരകാവ്യം

ബാല്യകൗമാരത്തിലൊന്നിച്ചു കളിച്ചനാൾ
കൂട്ടുകാർതന്നകമ്പടിയോടെ
മുല്ലമലർമാല്യം കെട്ടിനാമന്യോന്യം
മംഗല്യഹാരങ്ങൾ കഴുത്തിലണിഞ്ഞതും
വസന്തവും, ശിശിരവും, ഹേമന്തവും പോകെ
വഴികൾ പിരിഞ്ഞുനാമകന്നുപോയി

പ്രണയത്തിൻ രാഗവീചികളെൻ ഹൃത്തിൽ
നടമാടും നാളതിൽ ചാരത്തണഞ്ഞു നീ
ഉരിയാടിയില്ലൊന്നും നീട്ടിയ കരങ്ങളിൽ
അറിയാതെ ഞാനന്നു ലയിച്ചുചേർന്നു
അവാച്യമാമനുഭൂതിത്തിരകളിൽ മുങ്ങി നാം
പ്രണയാർദ്രചുംബനവർഷം ചൊരിഞ്ഞു
ഒരുപിടി കുടമുല്ലപ്പൂക്കളാലന്നുമെൻ മെയ്യിൽ
അഭിഷേകം ചെയ്തതോർമ്മയില്ലെ

മാതാപിതാക്കൾ തന്നാശിർവാദത്തിളക്കത്തിൽ
ജീവിതമലർവാടിയിൽ നാമൊന്നുചേർന്നു
ഓരോ പ്രഭാതവും നമുക്കായുണരുന്നു
പ്രകൃതിയൊരുങ്ങുന്നെന്നും നവോഢയെപ്പോൽ
സ്വരരാഗതാളമേളമതോടെ
അനുരാഗഗീതം പാടുന്നു പൂങ്കുയിൽ

സായന്തനത്തിൽ നാമെത്തിനില്പ്പതെങ്കിലും
സന്ധ്യതൻ കപോലത്തിൽ
കുങ്കുമഛവി ചേർത്ത്
പകലോനണയുന്ന സായന്തനത്തിൽ
എൻ കവിൾത്തടങ്ങളിൽ അംഗുലീസ്പർശനം
ഏകുവാൻ കൊതിക്കുന്നു നിന്നന്തരംഗം
പ്രായഭേദങ്ങൾക്കതീതമാം പ്രണയം
ഞാനറിഞ്ഞിടുന്നു തുളസീദളംപോൽ

●

8

തെരുവിലെ ബാല്യം

ഒരു ദിനം നീ വന്നണഞ്ഞു
സാന്ധ്യമേഘം മാഞ്ഞരാവിൽ
മിഴിയിണകൾ കദനഭാരം
ചികുരമതോ ജടപങ്കിലം

വസനമതു പഴകിയതും
പശിയടക്കാനൊരുപിടിയന്നം
തരണേയെന്ന് കെഞ്ചിയതും
ഓർമ്മകളിൽ നോവുപകർന്നു

ഏകാകിനിയെൻ ജീവധാരയതിൽ
ഒരു വസന്തം നീ നിറച്ചു
പേറ്റുനോവറിഞ്ഞതില്ല
മകളായെന്നിൽ നീ ചേർന്നലിഞ്ഞു

കാലചക്രം തിരിഞ്ഞീടവേ
പടികളേറെ കയറി നീയും
ഭരണചക്രം നിന്റെ കരങ്ങളിൽ
സുഭദ്രം സുന്ദരം മകളെ

തെരുവുകളിലെത്രയെത്ര
ബാല്യങ്ങൾ നരകത്തീയിൽ
വെന്തുരുകിത്തീർന്നിടുന്നു
രാവിൻ മറപറ്റി എത്തും മാന്യവർഗ്ഗം
നാഥനില്ലാപ്പൈതങ്ങൾ
പെറ്റുപെരുകുന്നു പുഴുക്കളെപ്പോൽ

ഒരു കനിവു കാട്ടിയെങ്കിൽ
ഒരുതണലവർക്കേകിയെങ്കിൽ
നാടിതിൻ നന്മയായി
സുകൃതമായി മാറുമവർ

●

9

സരസ്വതി സ്തുതി

അരികിലണയാൻ കൊതിയുണ്ടംബികേ
അകമലരിൽ അക്ഷരച്ചിന്തായ്
അണഞ്ഞിടുവാൻ കനിവു കാട്ടണെ
സൗപർണ്ണികാക്കരയിൽ വാഴും മൂകാംബികേ

ദീപ്ത സുന്ദരം, മന്ദഹസിതം
മധുരമോഹനം ചാരുരൂപം
മമ ഹൃദയേ വിളങ്ങിടണേ
നാദസ്വരൂപിണി വണങ്ങിടുന്നേൻ

സൗപർണ്ണികാതീർത്ഥമതിലെ
പുണ്യമെന്നിലെന്നുമൊഴുകാൻ
വരമരുളുക വാണീഭഗവതി
കഴലിണ കൂപ്പിത്തൊഴുന്നു നിത്യം

●

10
കണ്ണന്റെ പിറന്നാൾ

അഷ്ടമീരോഹിണീ നാളല്ലേ എന്റെ
കണ്ണനാമുണ്ണിക്കു പിറന്നാള്
ആലോലം താലോലം ഉറങ്ങുന്നൊരെന്റെ
ആലിലക്കണ്ണാ ഉണരുണര്
എന്റെ താമരക്കണ്ണാ ഉണരുണര്

എണ്ണയും, താളിയും വേണം കണ്ണന്
വാകച്ചാർത്തു വേണം
നീരാട്ടൊന്നു കഴിഞ്ഞു വേഗം
ഓമനക്കുട്ടാ ഒരുങ്ങിടേണം (അഷ്ടമി)

കുസൃതികളൊന്നും കാട്ടരുതേ
നീയൊന്നടങ്ങിയിരിക്കെന്റെ മുകിൽവർണ്ണാ
പീലിത്തിരുമുടി കെട്ടിത്തരാമമ്മ
ഗോപിക്കുറിയൊന്നു തൊട്ടുതരാം (അഷ്ടമി)

അഞ്ജനം കണ്ണിലെഴുതിടേണം
കൊഞ്ചുന്ന ചുണ്ടിലൊരുമ്മ നല്കാം
ആടകൾ ഞാനൊന്നണിയിച്ചോട്ടെ എന്റെ
കണ്ണാ മുരളിയും തന്നിടാം ഞാൻ (അഷ്ടമി)

തുളസിപ്പൂമാല, മുത്തുമാല
കൈവള, കാൽത്തളയരഞ്ഞാണം
എല്ലാമമ്മയൊന്നണിയിച്ചോട്ടെ
എന്റെ കണ്മണിക്കുഞ്ഞേ ഓടരുതേ (അഷ്ടമി)

ഗോമാതാവിന്നകിടതിൽ ചെന്ന്
പാൽ മുത്തിക്കുടിക്കും കള്ളക്കണ്ണാ
നറുവെണ്ണ നൽകാം കൈനിറയെ
പാച്ചോറുമുണ്ടേ, പായസമുണ്ടേ
ഉണ്ണിയപ്പവും കദളിയുമുണ്ടേ
അമ്മതന്നങ്കത്തിൽ കണ്ണനിരുന്നാൽ
ഉമ്മകൾ നൽകിയമ്മയൂട്ടാം (അഷ്ടമി)

●

11

പ്രണയം മധുരം

പാടുവാനായ് വന്നു ഞാനീ
പാതിരാവിൻ കല്പടവിൽ
പാതകളിൽ ചന്ദനച്ഛവി
വാരിവിതറി അമ്പിളി

ദൂരെയെങ്ങോനിന്നൊഴുകിടുന്നു
വേണുഗാനമതു സുന്ദരം
മുളംകാട്ടിലാടും തെന്നലിൻ
നവസുഗമസംഗീതമായിരിക്കാം

ഊഴിയിന്നൊരപ്സരസ്സായ്
ചന്ദനപ്പുടവ ഞൊറിയവേ
മുല്ലമലർ ചൊരിയുമവളുടെ
കാർകൂന്തളത്തിലനിലനും

രാഗതാളലയമോടെയൊരു
രാക്കിളിഗാനമൊഴുകീടവേ
മറുപാട്ടു പാടിയിണക്കിളി സ്നേഹ-
ഗംഗയായതൊഴുകിടുന്നു

ഗഗനവീഥിയിൽ നടനമതു
വെൺമേഘജാലമതു തുടരവേ

കണ്ണുപൊത്തി വിളയാടിടുന്നു
താരകങ്ങളുമതിദ്രുതം

മോഹനലാസ്യപ്രണയഗീതമെൻ
മനസ്സിലുണരുന്നിതേ
അങ്ങകലെ കുടിലിനുള്ളിൽ
നീയുമുറങ്ങാതിരിക്കയോ

ഒരു മധുരസ്മരണയിലിവിടെ
ഞാനുണർന്നിരിപ്പൂ സഖി
ഇങ്ങിവിടെയീയതിർത്തിയിൽ
ഭാരതാംബയെ കാക്കുവാൻ

●

12

കാടിന്റെ മകൻ കരയുന്നു

സ്വച്ഛസാന്ദ്രമാം കാനനം
തന്നതിലിച്ഛയോടൊത്തു വാണ നാളുകൾ
ഇപ്പോഴുമെന്റെയീ ദുരിതാർണ്ണവത്തിലും
ഓമനിച്ചീടുന്നു മനസ്സിൽ ഞാൻ മുദാ
മാതാപിതാക്കളിടംവലം നിന്നെന്നെ
നടക്കുവാൻ പഠിപ്പിച്ച സുന്ദരദിനങ്ങൾ
അമ്മതൻ ക്ഷീരാമൃതം മൊത്തിക്കുടിച്ചു
ഞാൻ കുട്ടിക്കുറുമ്പനായ് കളിച്ചു മദിച്ച നാൾ
ഓടിക്കളിച്ചും വീണുമുരുണ്ടും
മണ്ണതുവാരി മേനിയിലിട്ട്
കുഞ്ഞുതുമ്പിക്കൈയ്യാലാവോളം
നീരെടുത്തമ്മതൻ മേനിയിൽ ചീറ്റിക്കളിച്ചതും
കാട്ടിലെത്തെളിനീർച്ചോലയിൽ
കൂട്ടമായിട്ടാർത്തു രസിച്ചു കളിച്ചു മദിച്ചതും
മറക്കുവതെങ്ങനെയെന്റെയാ
നഷ്ടസ്വർഗ്ഗത്തിൻ ബാല്യസ്മരണകളീശ്വരാ
ഒരുനാളെൻ കളിത്തോഴിയോടൊത്തു ഞാൻ
മദനക്കൂത്താടി രമിച്ചു നടക്കവെ
ക്രൂരമാനസർ മാനവർ വാരിക്കുഴി തീർത്തതിൽ
അടിതെറ്റി വീണുപോയലറിക്കരഞ്ഞു ഞാൻ

കൂട്ടുകാരോടിയെത്തിയെനിയ്ക്കാ
തുമ്പിക്കൈകൾ നീട്ടിത്തന്നുവെന്നാകിലും
രക്ഷനേടാനായില്ലൊരിയ്ക്കലുമാ
നരകത്തിലകപ്പെട്ടു പിടഞ്ഞു കരഞ്ഞു ഞാൻ

നാട്ടാനകൾതന്നകമ്പടിയോടെ ഞാൻ
കരാഗ്രഹത്തിലകപ്പെട്ടുപോയി
ക്രൂരമർദ്ദനത്തിൻ കാലങ്ങളായഹോ
ചങ്ങലപ്പൂട്ടിലെൻ ജീവൻ തളച്ചിട്ടു
ചങ്ങലമുള്ളിനാൽ കാലിൽ വ്രണം വന്നു
ഭാരം വലിച്ചും മർദ്ദനം സഹിച്ചും
ഉരുകുന്ന ചൂടിലും ടാറിട്ടറോട്ടിലും
കാതങ്ങളേറെ നടത്തിയ്ക്കുന്നിതെന്നെ
കദന കഥയിതാരറിയാൻ
ചെവി പൊട്ടും വെടിക്കെട്ടും,
തീഗോളങ്ങൾക്കും നടുവിൽക്കിടന്നു
നട്ടം തിരിയുമ്പോൾ
സഹികെട്ടു ചിന്നം വിളിച്ചു പോകുന്നെങ്കിൽ
സഹനത്തിന്നതിരുകൾ പൊട്ടിയെൻ
മദപ്പാടിളകിയെങ്കിൽ
ഉത്തരം തരിക മാനുഷപ്പരിഷകളേ
തിരിച്ചയച്ചീടുകെന്നെയെന്റെയാ
സ്വപ്നഭൂമിയാം കാനനമടിത്തട്ടിലേയ്ക്കായ്

●

13

കൈനീട്ടം

ഏറെയകലെയെവിടെയോ നിന്നൊരു
വിഷുപ്പക്ഷി നീട്ടിപ്പാടി
വിത്തും കൈക്കോട്ടുമെന്നൊരു ചൊല്ലുമായ്
വന്നണയുന്നിതാ വിഷു

കർണ്ണികാരപ്പൂക്കൾ മഞ്ഞളിൽ നീരാടി
തൂമന്ദഹാസം ചൊരിഞ്ഞു
കണ്ണനരഞ്ഞാണമായി വിളങ്ങുവാൻ
കണ്ണും നട്ടവളിരുന്നു

എങ്ങുപോയെങ്ങുപോയ് കണ്ണനാമുണ്ണി നീ
കാണാമറയത്തൊളിഞ്ഞോ
കാടായ കാട്ടിലും നാട്ടിലും മേട്ടിലും
പൂക്കുടയേന്തി ഞാൻ നിൽപൂ

കണ്ണന്നരഞ്ഞാണമായി ഞാൻ മാറുമ്പോൾ
നിർവൃതി കൊള്ളുമെൻ മനം
വർഷം മുഴുവനും കാത്തിരിപ്പാണു
ഞാനീയൊരു കൈനീട്ടമാവാൻ.

●

14

മനസ്സിന്റെ തമസ്സ്

മനസ്സിന്റെ തമസ്സൊന്നകറ്റീടുവാൻ
സാക്ഷയിട്ടടച്ചൊരീയിരുമ്പുവാതിൽ
ഒട്ടൊന്നു മെല്ലെ നീക്കി ഞാനും
അക്ഷരപ്പൊന്നൊളിയൊഴുകിയെത്തീ

മാരിക്കാർ മൂടിയിരുന്നതാം നിലവറ
മാലേയസുഗന്ധത്തിൻ കലവറയായ്
മാറാലത്തുരുത്തിൽ പതുങ്ങിയിരിയ്ക്കും
ചിലന്തിക്കൂട്ടവും പോയ്മറഞ്ഞു

അമ്പലപ്രാവുകളെത്തിനോക്കി
പ്രണവമന്ത്രങ്ങളുരുവിടവേ
കിലുകിലെ ചിരിതൂകി പുളിനവതിയവളും
കിന്നാരം കൊഞ്ചിയൊഴുകിടുന്നു

പുൽമേടുകളിൽ വിഹരിയ്ക്കയല്ലൊ
പുള്ളിമാൻ കൂട്ടങ്ങൾ നീളേ
അരുണന്റെ കിരണങ്ങൾ തഴുകീടവേ
അംബുജം നാണം കുണുങ്ങി നിൽപൂ

ഭൂലോകം മലർവാടിയായ്ച്ചമഞ്ഞു
തിമിരം ബാധിച്ചൊരെൻ മിഴികൾ തുറക്കവേ
തുറന്നിരുന്നാലും കാണാതെ പോകുന്നു
നന്മതൻ വിളനിലമായൊരീധരണിയെ

●

15

കാലത്തിന്റെ ചിരി

കേട്ടതില്ലെ നിങ്ങളിനിയുമാഗർജ്ജനം
കാലത്തിന്നട്ടഹാസമാം മേളം
കേട്ടില്ലെന്നിനിയും നടിക്കുന്നുവെന്നാകിലോ
കാത്തുനിൽക്കുവാനിനി കാലത്തിനു നേരമില്ല

സമയമതേറെയില്ലെന്നോർക്കുകിൽ
സ്വാർത്ഥമതികളേ കൺതുറക്കുവിൻ
രാമരാജ്യമിത് രാക്ഷസമേളയാക്കി
പവിത്രയാം ധരണിയെ പങ്കിലയാക്കി

ഏതു കൂപത്തിൽ പോയൊളിച്ചുവെന്നാകിലും
എങ്ങും രക്ഷയേതുമില്ലെന്നതോർത്താലും
കാലമാം മാന്ത്രികൻ തൻ ചരടുവലിക്കൊപ്പം
ആടിടാം നമുക്കിനിയുള്ള രംഗങ്ങളിൽ

കോലങ്ങളേറെ നാം കെട്ടിയാടിയതല്ലെ
കാലത്തിൻ ചിരിയതു കേട്ടിനി വിറകൊണ്ടിടാം
സർവ്വതും തകർത്തെറിഞ്ഞിടാൻ വെമ്പുമാ
പ്രകൃതിതന്നട്ടഹാസമതിങ്കൽ,
മൃത്യുതൻ കരങ്ങളിലമർന്നിടാം

●

16

പലായനം

അറ്റമില്ലാത്തതാം ജീവിതപ്പാതകൾ
ഒട്ടു ചേർത്തൊന്നാശ്വാസമേകിടാൻ

മനതാരിൽ സ്വപ്നത്തിൻ കൂടുമായ് വന്നവർ
പ്രവാസികളെന്ന പേരിന്നർഹമായവർ

ഒട്ടല്ലന്നവധി പ്രവാസസഹജർതൻ
വിയർപ്പിന്റെ വിലയതിൽ കെട്ടിപ്പടുത്തു നാം

വീടുകൾ, ദേശങ്ങൾ, സംസ്ഥാനമങ്ങനെ
ഭാരതദേശത്തിൻ നെടുംതൂണാമവർ

മാനുഷവൃന്ദത്തെ ഉന്മൂലനം ചെയ്‌വാൻ
പ്രകൃതിതൻ മാസ്മരവിദ്യയാലോ

വന്നങ്കുരിച്ചിതു മഹാമാരിയൊന്നിതു
പ്രാണൻ പൊലിയുന്നു ലോകമെമ്പാടും

പ്രാണരക്ഷാർത്ഥം പലായനം ചെയ്യുന്ന
ദേശവാസികളാമിവരെ നമ്മൾ

സ്വീകരിച്ചീടണം രക്ഷയേകീടണം
ഭാരതമാതാവിൻ പുത്രരല്ലോ നാമേവരും

●

17

ബാഷ്പാഞ്ജലി

ആ കുയിൽനാദം നിലച്ചുപോയി
ആ മൃദുഹാസം പൊലിഞ്ഞുപോയി
ആ തിരിനാളം അണഞ്ഞുപോയി
ആ സ്നേഹസാഗരം വിടപറഞ്ഞു

ഇത്രമേൽ പ്രകൃതിയെ സ്നേഹിച്ചവർ
ഇത്രമേലനീതിയെയെതിർത്തവർ
ഇത്രമേൽ നിരാലംബരിൽ,
കാരുണ്യം ചൊരിഞ്ഞവർ മറ്റാരുമില്ല,
അത് സുഗതകുമാരിയമ്മ മാത്രം

കാരുണ്യത്തേന്മഴ പൊഴിക്കുമാ സ്വരം
കേൾക്കില്ലിനിയുമിവിടെ മക്കൾക്കു, മടവിക്കു,
മരുവികൾക്കും രക്ഷകയായിരുന്നു

അക്ഷരമായുധമാക്കിയീ നാടിതിൻ
രക്ഷകയിനിയില്ല, യാത്രയായി
ഇനിയും വരുമെന്ന പ്രതീക്ഷയിലമ്മേ
കാത്തിരിക്കുന്നീ മക്കൾ കണ്ണുനീരോടെ

●

18

സ്വപ്നസുന്ദരി

കുളിരുള്ള കാറ്റിന്റെ സുഖമുള്ള സന്ധ്യയിൽ
വിരിയുന്ന പൂക്കളെ നോക്കി നിൽക്കെ
അരിമുല്ലപ്പൂക്കളെ വെല്ലുന്ന ചിരിയുമായ്
അരികത്തു വന്നു നീ പൂത്തുനിന്നു
മറ്റൊരരിമുല്ലവള്ളിയായ് ചേർന്നുനിന്നു

ഹരിതാഭയരുളുന്ന മലയോരസാനുവിൽ
നിന്നുയരുന്നു പ്രേമത്തിൻ കുയിൽനാദം
മന്മഥശരമേറ്റു പിടയുന്ന നിന്നുടെ
പരൽമീൻമിഴിയിണ കൂമ്പിനിൽപു എന്റെ
മനതാരിൽ സ്വപ്നങ്ങൾ നിറഞ്ഞുനിന്നു

ആരിവളെന്നതറിഞ്ഞില്ല ഞാൻ
ഏതൊരു ദിക്കീന്നെത്തിയെന്നും
മാനസദർപ്പണമതിൽ നീ വന്നു
മായാമോഹിനിയായ് നിന്നു

ഏകാന്തശൂന്യത നിറയുമെൻ വീഥിയിൽ
ഒരു തിരിനാളമായ് കടന്നുവരൂ സ്നേഹത്തിൻ
അമൃതവർഷിണിയായൊരുങ്ങി വരൂ

●

19

ഓർമ്മകൾക്കെന്തു സുഗന്ധം

പാടിപ്പഴകിയൊരീണത്തിൽ
ഞാനൊരാവണിപ്പാട്ടുപാടി

പാട്ടങ്ങുകേട്ടപ്പോൾ കാവിലെ മൈനയും
പറയാതെയാപ്പാട്ടങ്ങേറ്റു പാടി

കൊഞ്ചിക്കുഴഞ്ഞുകൊണ്ടന്നു നീ വന്നപ്പോൾ
കൂട്ടിലെ മൈന വീണ്ടും പാടി

പൊന്നണിപ്പാടത്ത് പുന്നെല്ലു കൊയ്യുമ്പോൾ
പിന്നാലെ വന്നതെന്തു പെണ്ണേ

പൊന്നോണപ്പൂക്കളിറുത്തീടാനോ
പുന്നാരം കൊഞ്ചിനിന്നീടാനോ

ഓണപ്പൂക്കളം തീർക്കുന്നനേരത്ത്
ഓട്ടക്കണ്ണിട്ടു നോക്കിയില്ലെ

കാവിൽ നെയ്ത്തിരി കത്തിക്കാൻ
പോവുമ്പോൾ കൂട്ടിന്നു വന്നീടാൻ ചൊല്ലിയില്ലെ

കുട്ടിന്നു വന്നീടാമെന്നും ഞാൻ നിന്നെ
മംഗല്യഹാരമൊന്നണിയിച്ചോട്ടെ

ഓണനിലാവിന്റെ ചാരുതയപ്പോൾ
ഓമനേ നിൻ മുഖത്തോടിയെത്തി

താരകക്കുഞ്ഞുങ്ങൾ കണ്ണുചിമ്മി
ചന്ദ്രിക ചന്ദനംചാർത്തി നിന്നു

ചെമ്പകപ്പൂമണം കൊണ്ടുവന്ന
തെന്നലും നാണം കുണുങ്ങിനിന്നു

കാവിലെ ദൈവങ്ങൾ കണ്ണുപൊത്തി
നമ്മളൊന്നായി ചേർന്നണഞ്ഞു

കാലമിന്നേറെക്കൊഴിഞ്ഞുപോയി
കാമിനീ നമ്മളും മാറിപ്പോയി

എന്നാലുമിന്നുമാ വസന്തകാലം
മനതാരിൽ പൂക്കളം തീർത്തിടുന്നു

●

20

പ്രക്ഷുബ്ധമാനസം

പ്രക്ഷോഭകാരിയല്ല ഞാനെങ്കിലും
പ്രക്ഷുബ്ധമാനസൻ ഞാൻ
പ്രത്യയശാസ്ത്രം മരിയ്ക്കുന്നിതെൻ മുന്നിൽ
പ്രത്യക്ഷി ഞാനോ മമ ദന്തം കടിയ്ക്കുന്നു.

ഊഴിയാമമ്മതൻ മാനം കവരുന്നോർ
ഊനമില്ലാതുയിർത്തെണീയ്ക്കെ
ഉണ്മതൻ കിരണം തിരയുന്നു ഞാൻ
ഉള്ളകം വേവുന്ന വേദനയാൽ

കലിയുഗവരദന്റെ സവിധത്തിലാണോ
കാൽവരിക്കുന്നിൻ മുകളിലാണോ
ഹജ്ജിൻ പുണ്യമാം മക്ക, മദീനയിലോ
കാലസ്വരൂപൻ നിൻ ചിത്തത്തിലല്ലോ

ഏക ദൈവത്തിൻ വിഭിന്നഭാവം
ഐകമത്യേന സ്മരിച്ചീടുകിൽ
ഐക്യം വരുമീയുലകിൽ നാളെ
ഐകമത്യം മഹാബലമല്ലോ

ആചന്ദ്രതാരം വസിച്ചീടാമെന്നാരും
കൊതിയ്ക്കേണ്ടതില്ലേതുമേ
അമ്മതൻ ഗർഭത്തിൽ വീണ്ടുമൊരിയ്ക്കൽ
അങ്കുരിയ്ക്കാമെന്നു നിനയ്ക്കവേണ്ട

സത്യധർമ്മാദി വെടിഞ്ഞീടൊലാ
സ്വാർത്ഥ മോഹത്തിലകപ്പെടാതെ
സാന്ത്വനമേകുവാൻ പ്രാപ്തമാക്കൂ
സാന്ത്വനപ്പാൽക്കടലാക്കു ചിത്തം

നാനാത്വത്തിലേകത്വമെന്നാത്മനേ
സന്തതം ചിന്തിച്ചുറപ്പിയ്ക്കു നീ
ആറടി മണ്ണിന്നവകാശികൾ നാം
അറിയുന്ന സത്യമതൊന്നുമാത്രം

●

21

പോർവിളികൾ

മനുജൻ ജന്മം കൊണ്ടതുമുതലേ
ഉണ്ടേ പണ്ടേ പോർവിളികൾ
കനകംമൂലം കാമിനിമൂലം
മുഴങ്ങുന്നിവിടെ പോർവിളികൾ

ഗഹ്വരമതു വലുതായളവിൽ
ഉള്ളിൽക്കരുതി നടക്കുന്നു
ഉണ്ടൊരു പുഞ്ചിരി വിളയും വദനം
ഉള്ളറ കാണാൻ കഴിയില്ലാർക്കും

അർത്ഥമതെത്ര ഉണ്ടെന്നാലും
ജീവൻ പോയാൽ വ്യർത്ഥമതത്രെ
അതിരുകൾ കാക്കും വീരജവാന്മാർതൻ
ജീവൻ പൊലിയും പോർവിളിയാൽ

കൊണ്ടുകൊടുത്തും സൗഹാർദ്ദത്തിൽ
ജീവിച്ചിവിടെ പഴമക്കാർ
ഇന്നീ ഭുവനം പോർവിളിയാലെ
മുഖരിതമായിപ്പിടയുന്നു

കാലംപോലും ഞെട്ടിവിറയ്ക്കും
കാലക്കേടിതു തുടരുന്നു
ഒരു നവയുഗത്തിൻ പിറവിക്കായി
കാതോർക്കുക നാമൊറ്റക്കെട്ടായ്

●

22

വർഷമേഘം

വർഷമേഘമേ ചൊരിയൂ നീയെൻ
ഹൃദയത്തിൽ തിരതല്ലും വേദനകൾ
മറന്നീടാൻ, പ്രളയമായ് പെയ്തിറങ്ങു
പിരിഞ്ഞുപോയെന്നുടെ പാതിക്കു
കൂട്ടാവാൻ യാത്രയാക്കീടാൻ,
വീണ്ടും പ്രളയമായ് പെയ്തിറങ്ങൂ
പൂനിലാപ്പാലൊളിപ്പൊയ്കയിൽ ഞങ്ങൾ
ഇണയരയന്നങ്ങളായിരുന്നു
ആരാമവേദികളിൽ, കുസുമദലങ്ങളിൽ
മധുവുണ്ണും ശലഭങ്ങളായിരുന്നു
കാഞ്ചനദീപത്തിൽ പൊൻപ്രഭയാണവൾ
എരിയും വിളക്കിലെണ്ണയായ് ഞാനും
പിരിയില്ലൊരിക്കലുമെന്നോതി ഞങ്ങൾ
പ്രണയത്തിരകളിലാറാടി

ഒടുവിലാ പ്രളയനാളതിലൊന്നിൽ
ഇക്ഷിതിയെയിരുളല വിഴുങ്ങിയനേരം
അലറിയടുത്തൊരാ പ്രളയപ്രവാഹത്തിൽ
അടർത്തിയെടുത്തുപോയ് വർഷമേഘമേ നീ
എന്നുയിരിതൊന്നെടുക്കുവാൻ വീണ്ടും
പ്രളയമായ് പ്രവാഹമായണയൂ നീ
പിരിഞ്ഞുപോയെന്നുടെ പാതിക്കു
തുണയേകാൻ, യാത്രയാക്കുവാൻ,
വീണ്ടും പ്രളയമായ് പെയ്തിറങ്ങൂ

●

23

നീയില്ലാതെ

സ്നേഹതീരമേ നീയെനിക്കേകിയ
കരുണാമൃതമെനിക്കുയിരേകി
സന്തതം നിന്റെയീ പ്രണയത്തുരുത്തതിൽ
സന്താപഹീനയായ് വാഴുന്നു ഞാനിന്നും

ആശ്രയമില്ലാതെ ആരോരുമറിയാതെ
അനാഥാലയമതിൽ മേവുന്നകാലം
എന്നെത്തനിച്ചാക്കി അകലെ മറഞ്ഞൊരാ
മാതാപിതാക്കളെയോർത്തിരിക്കെ

അരികത്തു വന്നു നീ കുശലങ്ങൾ തിരക്കവേ
അറിഞ്ഞന്നു ഞാൻ നിന്റെ കരുണാകടാക്ഷം
വിദ്യയും, വിലാസവും ഏകിയെനിക്കു നീ
ജീവിതപങ്കാളി സ്ഥാനമതും നല്കി

പുണ്യങ്ങളൊന്നും ചെയ്തതില്ല ഞാനീ
പുണ്യാത്മാവെനിക്കേകി ജീവാമൃതം
നീയില്ലയെങ്കിലീ ജീവിതമിന്നില്ല
തുടിക്കുന്നെൻ ഹൃദയം നിനക്കായി മാത്രം

●

24

എന്റെ കേരളം

സഹ്യസാനുവതിങ്കൽ
തലചായ്ക്കുമെന്റെ കേരളം
അറബിക്കടലല നിൻ ചരണമതിൽ
ചിലമ്പണിയും കേരളം
ഭാർഗ്ഗവരാമൻ പരശുവെറിഞ്ഞു
വീണ്ടെടുത്ത കേരളം
കേരവൃക്ഷങ്ങൾ നൃത്തമാടും
കേരനാടിതു സുന്ദരം

സാക്ഷരത മുന്നിൽ നില്ക്കും
നല്ലനാടെൻ കേരളം, തുഞ്ചൻതൻ
പൈങ്കിളിപ്പാട്ടുണരും കേരളം
തുള്ളലും, തെയ്യവും
ധന്യമാക്കുമെൻ കേരളം

ആറു ഋതുക്കളാലലങ്കരിക്കും
ലാസ്യഭൂമികേരളം
ദൈവത്തിൻ നാടിത്
സമത്വസുന്ദരഭൂവിത്
ഭാരതാംബമടിത്തട്ടിൽ
കുഞ്ഞുസുന്ദരിയെൻ കേരളം.

●

25

കാട്ടുപൂവ്

കാനനപ്പൂഞ്ചോല തന്റെയാതീരത്തായ്
വിരിഞ്ഞുനിന്നൊരു കാട്ടുപൂവ്
ആരും തിരിഞ്ഞൊന്നു നോക്കിയില്ലാ
ആരുമേ വന്നൊന്നു പുൽകിയില്ലാ

മണമില്ലാ ഗുണമില്ലാ ചന്തവുമില്ലാ
തേനില്ലാ വെറുമൊരു കാട്ടുപൂവ്
ചിത്രപതംഗങ്ങൾ വരുമെന്നു മോഹിച്ചു
ചിത്തം കുളിർത്തവൾ കാത്തുനിന്നു

വന്നതില്ലാരും തഴുകിയില്ലാ
ഹൃദയം കദനക്കടലായി മാറി
അകലെയാമലർവാടി തന്നിലേയ്ക്കൊഴുകുന്ന
ശലഭവൃന്ദങ്ങളെക്കണ്ടവളും
എന്തിനീക്കാട്ടിലാർക്കുമേ വേണ്ടാത്ത
നിർഗ്ഗുണയാമെന്നെ സൃഷ്ടിച്ചതീശൻ

വർണ്ണമനോഹരസ്വപ്നങ്ങളൊക്കെയും
മണ്ണിതിൽ വാടിക്കൊഴിഞ്ഞുവീണു

ഇനിയൊരു മലരായി വീണ്ടും ജനിക്കുകിൽ
വർണ്ണസുഗന്ധപൂരിതമാമൊരു
ഉദ്യാനമതിലായ് വേണമെന്നഭിവാഞ്ഛ
അറിയുക പാവം മലരേ നിൻ
സ്വപ്നമതത്രയും വ്യർത്ഥമത്രെ

കൺമുന്നിൽ കാണും വർണ്ണസുഗന്ധങ്ങൾ
വിഷലിപ്തഭുവതിൽ മാനവമനസ്സിന്റെ
ഗർവ്വിൻ പ്രതിഛായകളല്ലോ തൊട്ടുകൂടാ,
അതിൻ ഗന്ധമാസ്വദിക്കായ്ക
നൈർമ്മല്യമേറും നിൻ
പരിശുദ്ധിയാണെനിക്കേറെയിഷ്ടം

●

26

ഓഖി, ഒരു വിലാപം

നിദ്രയെന്നെ വെടിഞ്ഞുപോയി
നിലാവലയും മാഞ്ഞുപോയി
ആശാ കിരണം മറഞ്ഞുപോയി
കൂരിരുട്ടു നിറഞ്ഞുപോയി

കാലമേ നീയെനിക്കുനല്കിയ
കൽവിളക്കിൻ തിരിനാളവും
കാറ്റിലാടിയണഞ്ഞുപോയി
കരിവിളക്കു ബാക്കിയായി

കദനഭാരം കരളിലേറ്റി
കവിഞ്ഞൊഴുകും മിഴികളും
വരണ്ടുണങ്ങി വിണ്ടുകീറി
വിരഹതീരമിതു നിശ്ചലം

ഒരു പഴുതുമില്ലയിവിടെ
ഒരു കിരണസാന്ത്വനം
ഓടി വന്നൊരുമ്മ നൽകാൻ
ഇനി വരില്ലെൻപുത്രനും

സ്നേഹവായ്പോടൊന്നു പുൽകി
ചേർത്തണയ്ക്കാനുള്ളവൻ
കടലമ്മയ്ക്കിഷ്ടപുത്രർ
കനിവേകിയില്ലെനിക്കൊട്ടുമേ

അലകടലിലാടിയാടി
വന്നണഞ്ഞുപോലിന്നലെ
അവരുപോയ വള്ളമെന്റെ
കദനഭാരവുമേറ്റി

ആളൊഴിഞ്ഞവേദിപോലെ
ശൂന്യമാണീക്കടൽത്തീരം
കരിങ്കല്ലുപോലെ നിൽപൂ
ഞാനീത്തിരകളെനോക്കി നിശ്ചലം

അകലെയങ്ങാക്കടലാഴങ്ങളിൽ
അവരുമാടിവിളിക്കയായ്
ഒരു കനിവുകാട്ടണേ
നീയെന്നെ മാറോടണയ്ക്കണേ.

●

27

പൊലിയുന്ന സ്വപ്നങ്ങൾ

അകലെയാണുണ്ണീ
നീയെന്നരുമയായുള്ളിൽ വസിക്കയല്ലേ
അരിയകിനാവുകൾ കണ്ടമ്മ നിന്റെ
ചിരകാലസ്വപ്നങ്ങൾക്കുയിരേകിടാൻ

ചോരനീരാക്കി സ്വരൂപിച്ചു വെച്ച
പണമേകി നിന്നെ പഠിപ്പിക്കയല്ലേ
ആരും തുണച്ചില്ല, വാതിൽ തുറന്നില്ല
സവർണ്ണനായ്പോയത് നിന്റെ തെറ്റോ?

ഏറെ നാളായമ്മ കാത്തിരിപ്പൂ നിന്റെ
സുഖവിവരമറിയാൻ വൈകി
ഇന്നെന്റെ കൈയിലിരിക്കും കടിതം
തുറക്കുമ്പോളെന്തെൻ മനമിടറിടുന്നു

ഉണ്ണിതന്നെഴുത്തിലൂടമ്മയൊന്നാ
കണ്ണുകളോടിച്ചു തരിച്ചിരുന്നു
അറിയാതെ കുരുക്കിലകപ്പെട്ടുപോയീ
അറിയാതെ കുരുക്കിയതാണെന്റെയമ്മേ

ജീവിതം തുടരുവാനാവതില്ല
അമ്മയെത്തനിച്ചാക്കി പോയിടുന്നു
ഇനിയൊരു ജന്മമതുണ്ടെങ്കിലമ്മേ

പിറക്കണം വീണ്ടുമീയമ്മതൻ പുത്രനായ്
മകനേയെന്നൊരു നിലവിളി മാത്രം
നിശ്ചലയായമ്മ നിലംപതിച്ചു

ലഹരിതൻ കരാളഹസ്തങ്ങളിൽ
നിരപരാധികൾ ഹനിക്കപ്പെടുന്നു
അറിവിൻ നിവേദ്യം പകർന്നുനൽകും
സർവ്വകലാശാലകളിന്നു കൊലക്കളരി

താണ്ഡവമാടുന്നു ലഹരിതൻ മാഫിയ
തീരുന്നു യൗവ്വനം നാളത്തെ വാഗ്ദാനം
അണയുന്ന കിരണങ്ങൾ നിറയുന്ന
കരയുന്നീതുഴിയും എവിടെയുണ്ടൊരാശ്വാസം

●

28

ജനിമൃതികൾ

ജനിമൃതികൾക്കിടയിലീ ഭുവിൽ
തങ്ങിടുന്ന വെറും പഥികരല്ലോ നാം
കർമ്മങ്ങളേറെച്ചെയ്തു തീർക്കാൻ
ഇത്തിരിയിടവേള മാത്രം

കാമ, ക്രോധ, ലാഭത്തിന്നാർത്തിയാൽ
സ്നേഹം, കരുണയെന്നിത്യാദി
മറന്നു പോകുന്നു മനുജർ

അത്യാർത്തി മൂത്തങ്ങോടീടുമ്പോൾ
പെട്ടന്നു വഴിയിൽ തളർന്നുവീഴാം
ഇത്തിരിയുള്ളയീ മാനവ ജീവിതം
ദുഷ്ക്കൃതമാക്കാതെ സ്നേഹം പകർന്നിടാം

അന്ത്യശ്വാസമതു വലിക്കുന്ന നേരത്തും
അർത്ഥത്തെയോർത്തു കേഴുന്നവരേ
കൂട്ടിവച്ചതൊന്നും കൊണ്ടുപോകാനാവാതെ
ആറടി മണ്ണിനുടമയാവാം

പുണ്യജന്മമായീ ധന്യധരണിയിൽ
ജന്മം കൊണ്ടതു വിഫലമാക്കീടൊലാ
ക്ഷണികമീ ജനിമൃതികൾക്കിടയിൽ
ലഭിച്ചൊരിടവേള ധന്യമാക്കീടാം

●

29

കുട്ടനെന്നും ഒറ്റയ്ക്കാ

കുഞ്ഞിക്കുരുവീ പൂങ്കുരുവീ
എന്നോടൊപ്പം പോരാമോ

കുഞ്ഞിക്കുട്ടനെന്നെൻ പേര്
കുഞ്ഞിക്കുരുവീ പോരൂ നീ

അച്ഛനുമമ്മയുമെന്റെ കൂടെ
കൂട്ടുകൂടാൻ വരികയില്ല

കുട്ടനുണരും മുമ്പേതന്നെ
കാറിലവരേറി പോയീടും

കുട്ടനുറങ്ങീ രാവേറുമ്പോൾ
വന്നാലും കുട്ടൻ കാണുകില്ലാ

കൂട്ടിന്നാരും കൂടെയില്ലാ
കുട്ടനെന്നും ഒറ്റയ്ക്കാണേ

അയലത്തുള്ളോരപ്പുവിന്
കൂട്ടിന്നുണ്ടേ കുഞ്ഞനിയത്തി

ഓടിച്ചാടാൻ, ഒളിച്ചുകളിക്കാൻ
അപ്പു വന്നു വിളിച്ചെന്നാലോ

കൂടെപ്പോവാനിഷ്ടമെന്നാൽ
അച്ഛൻ നോക്കി കണ്ണുരുട്ടും

അമ്മയോതുമവർ ചീത്തയെന്ന്
കൂട്ടുകൂടാൻ പോകരുത്

വീട്ടിലുള്ള വേലക്കാരി-
ച്ചേച്ചിക്കൊട്ടും നേരമില്ല

കുട്ടനെന്നും ഒറ്റയ്ക്കാണേ
കൂട്ടുകുടാനാരുമില്ല

കുഞ്ഞിക്കുരുവീ പൂങ്കുരുവീ
എന്റെ കൂടെ പോരുമോ നീ

●

30

അക്ഷരമാലിക

എൻമനോമുകുരത്തിൽ വിടരുന്ന പൂക്കളെ
എങ്ങനെ പ്രകാശിതമാക്കേണ്ടു ഞാൻ
അന്തരാത്മാവിൽ വിടരുന്ന മൊട്ടുകൾ
അന്ധകാരത്തിൽ ലയിക്കേണമെന്നോ

ഭക്തിയായ് മുക്തിയായ് കാവ്യമായി
പ്രണയമായ്, ദു:ഖസാഗരമായി
എങ്ങും തളിർക്കുന്നു പൂക്കുന്നു നിത്യവും
ആരുമേകാണാതെ, ആരുമറിയാതെ

എന്നന്തരംഗത്തിൽ കെട്ടടങ്ങീടുന്നു
പ്രകാശിതമാക്കുവാനെന്റെയകമലർ
വെമ്പൽ കൊള്ളുന്നുണ്ടെപ്പൊഴും
നേർവഴി കാട്ടുവാൻ നേരെ നയിക്കുവാൻ
ആരോരുമില്ലാതെ കേഴുകയാണു ഞാൻ
എന്നാത്മമോഹങ്ങളെരിച്ചീടുന്നു ഞാൻ

തൂലികകൊണ്ടു ഞാൻ കോറിയിടുന്നൊരീ
അക്ഷരമാലികയാരണിയാൻ
നിറവും മണവുമില്ലിതിന്നൊട്ടുമെ
പാടിനടക്കുവാനീണമില്ല

ചേതസി തെളിയുന്ന ചിത്രങ്ങൾക്കൊക്കെയും
മുഗ്ധമാംസാഹിത്യഭാഷ്യം പകരുവാൻ
ഗ്രാഹ്യമതേതുമെനിക്കില്ല നിശ്ചയം

പെയ്യാതെപോകുന്ന മേഘ ജാലങ്ങളെ
പെയ്തിറങ്ങു എന്റെ മാനസവാടിയിൽ
തൃണങ്ങളായെന്നിലുയിർ കൊള്ളും കുഞ്ഞു
മുകുളങ്ങളൊക്കെയും വൻതരുക്കളായീടുവാൻ

●

31

ഓർമ്മകളിൽ ഒരു മലർവാടി

ആനന്ദസാഗരമായൊരെൻ ജീവിത-
പാതയിലെങ്ങനെ നിഴൽ പരന്നു
എന്നും സുഗന്ധം പരന്നൊരുദ്യാനത്തിൽ
എങ്ങുനിന്നെത്തിയീ മലിനഗന്ധം

കുഞ്ഞുപൂച്ചെടികളെൻ കൈകളാൽ നട്ടു ഞാൻ
സ്നേഹത്തിൻ ജലവും വളവുമേകി
തഴച്ചുവളർന്നു പുഷ്പിച്ചതേയുള്ളു
ആരിതിൻ തളിർനാമ്പു മുറിച്ചെടുത്തു

ലാളിത്യമാർന്നതാം മോഹനമായൊരെൻ
വാടിയിലെങ്ങനെ കള വളർന്നു
ചന്ദനച്ചാർത്തിൻ നറുമണമറിയാതെ
മാസ്മരഗന്ധമിതെന്തിനായി?

അരുമയാംചെടികൾ വൻ മരമായതിൽ
മുള്ളുകളേറെ നിറഞ്ഞു നിന്നു
ഒട്ടും കനിവില്ലാതാകൂർത്ത മുൾമുന
കൊണ്ടെന്റെ ഹൃത്തടം ചോരവാർന്നു

പാദത്തിന്നടിയിലെ മണ്ണങ്ങൊലിച്ചുപോയ്
പാരം തളർന്നു ഞാനിരുന്നുപോയി
സായംസന്ധ്യയിൽ മുങ്ങാൻ തുടങ്ങും
അരുണകിരണങ്ങളെൻ മനസ്സിൽ

വീണ്ടും പ്രഭാതം വിടരുമെന്നോതുന്നു
കാത്തിരിക്കുന്നു ഞാൻ സ്വാഗതമോതുവാൻ
മറയ്ക്കരുതേ നീ വാർമുകിലേ...

ഈ അരുണകിരണങ്ങൾ മായ്ക്കരുതേ...
അരുമയായിന്നുമെന്നകതളിരിൽ
ആ മലർവാടി നിറഞ്ഞുനിൽപ്പൂ

●

32

ബാഷ്പാഞ്ജലി

മണ്ണിതിൽ വീണു പിടയുന്ന
കുഞ്ഞിളം കിളിയെ,
കരമതിൽ മെല്ലവെയെടുത്തു ഞാൻ
കണ്ണുകൾ തുറന്നില്ല
കുഞ്ഞിച്ചിറകുകൾ വിരിഞ്ഞില്ല

മരണവേദനയാൽ കേഴുന്നു പാവം
ഇന്നലെപ്പോലുമീ വമ്പനാം തരുവിൻ
ഛായയിലിരുന്നു ഞാൻ തളർച്ചയാറ്റി
പതിവതു തെറ്റാതെ വന്നു ഞാനെങ്കിലും
പോർക്കളം കണക്കെ കിടക്കുന്നിവിടം

പൊരിവെയിൽ കഠിനമാം നേരമതിങ്കൽ
സുഖശീതളക്കാറ്റേറ്റു വിശ്രമം കൊള്ളുവാൻ
മനുജരും, മൃഗങ്ങളും, പക്ഷിജാലങ്ങളും
നിത്യമീ വൃക്ഷരാജൻസവിധേ തണൽ
തേടിയെത്തുന്നു ജാതി, വക, ഭേദമേശിടാതെ

വൃക്ഷമുത്തച്ഛൻതൻ സ്നേഹച്ചില്ലകളിൽ
ഒത്തൊരുമതൻ കിളിസഞ്ചയം
കെട്ടിപ്പടുത്തൊരീ സ്നേഹസാമ്രാജ്യത്തിൻ
കടയ്ക്കൽ കോടാലി വെച്ചവർ, എന്തിനായീ

ക്രൂരകൃത്യങ്ങൾ ചെയ്യുന്നു കഷ്ടമേ!
പൊട്ടിയ മുട്ടകൾ, ചിതറിയ കൂടുകൾ
ജീവൻ പൊലിയാതെ പിടയുന്ന കുഞ്ഞുങ്ങൾ
അമ്മക്കിളികൾതൻ ആർത്തനാദം കേൾക്കാൻ
വയ്യാതെ ഞാനുമെൻ കർണ്ണങ്ങൾ പൊത്തി

ദുഷ്ടരാം മർത്ത്യർ ചെയ്യുമീക്രൂരത
ക്ഷമിക്കയില്ലൂഴിയും, ഇവരുമീ ഭൂമിക്കവകാശികളല്ലോ
എൻകരതാരിൽ ജഡമായ്ക്കിടക്കും
കിളിക്കുരുന്നേ, ഏകുന്നു നിനക്കെന്റെ
ബാഷ്പാഞ്ജലി.

33

ക്രൂരത

വരണ്ടുണങ്ങിയ മേനിയിലെന്തോ
പാമ്പുകളിഴയും പോലെ
കൈകൊണ്ടവയെ തട്ടിയകറ്റാൻ
ഒട്ടും കഴിവില്ലെന്നോർക്കെ,
ഇരയെക്കണ്ടു കശപിശ കൂട്ടും
ചെന്നായ്ക്കൾതൻ അമറൽ കേട്ടു

പ്രാണൻ പിടയുന്നുണ്ടെന്നാലും
അണുവിടയനങ്ങാൻ വയ്യാതായ്
കടലോരത്തെ മരത്തിൻ ചോട്ടിൽ
കിടന്ന കിടപ്പാണാ വൃദ്ധ

കടൽനുരപോലെ വന്നണയുന്നൊരു
ജനമോ കണ്ടില്ലവളെയൊരിയ്ക്കലും
വയറു വിശന്നു ഞരങ്ങുമ്പോൾ
മനസ്സുള്ളവരതു കേൾക്കുമ്പോൾ
കിട്ടുന്നതൊക്കെയമൃതേത്തായ്

മർത്ത്യൻ നൽകിയ പഴന്തുണിയിൽ
ചുരുണ്ടുമയങ്ങുകയാണേലും
അന്തികറുത്തു തുടങ്ങുമ്പോൾ
ശൂന്യത ചുറ്റും പടരുമ്പോൾ
അലറി നടക്കും പ്രേതങ്ങൾ
അവിരാമം നടമാടുന്നു

കോലിൽ തുണിചുറ്റിക്കണ്ടാൽ
കാമം തീർക്കും ഭ്രാന്തന്മാർ
മയക്കുമരുന്നിന്നടിമകളായി
പേപ്പട്ടി കണക്കെ പായുന്നു
പഴന്തുണി കടിച്ചുപറിക്കുന്നു
പാരിൽ ചുടുനിണമൊഴുകുന്നു
കടലിൽതിരകളുയരുന്നു
നൊമ്പരമർമ്മരമലിയുന്നു.

പഴയൊരു ചാക്കിൻ കഷ്ണംപോൽ
കടൽത്തീരത്തെ മരച്ചോട്ടിൽ
ഉറങ്ങുന്നുണ്ടാ വൃദ്ധ വീണ്ടും
ഉണരാത്തൊരു നിദ്രയിൽ

●

34

മരണമേ വരിക നീ

മരണമേ നീയെനിക്കനുരൂപനാം-
വരനാണെന്നതറിയുന്നു ഞാൻ
വരണമാല്ല്യവുമായ് വരികയരികിൽ നീ
വിരവോടിവിടെ കാത്തുനിൽപാണു ഞാൻ

അരുതരുതേ വിളംബമരുതേ നിൻ
കരകമലത്തിലൊതുക്കുവാൻ വിഭോ
നരകതുല്യമായ്ത്തീർന്നു പോയ് ഭുവനം
നരജന്മമെനിക്കേകരുതിനിയുമിവിടെ

നറുപുഞ്ചിരിയാൽ പ്രകാശിതവദനം
കരുണാമൃതമാം തിരുവായ്മൊഴിയും
മനമതിലെരിയും ചതിയുടെയഗ്നിയിൽ
നിപതിക്കുന്നു ഈയ്യാംപാറ്റകണക്കെ നരന്മാർ

ലഹരിയും മദ്യവും കാമാസക്തിയുമായ്
കടിഞ്ഞാൺ പൊട്ടിയൊരശ്വം കണക്കെ
പായുംമനുജരെക്കണ്ടു നടുങ്ങും
ഇണ്ടൽ കളവതിനെന്തൊരുപായം

ക്രൂരതതന്നുടെ മാനുഷവേഷം
നരജന്മമെടുത്തൊരു രാക്ഷസജാലം
ആരുണ്ടിവിടെയിവരെത്തളയ്ക്കാൻ
മാരുതിയുണ്ടോ, മഹാവിഷ്ണുവുണ്ടോ?

ക്രൂരമായ് കുരിശിൽ തറയ്ക്കപ്പെട്ടൊരാ-
ക്രിസ്തുവുണ്ടോ, അല്ലാഹുവുണ്ടോ?
ഭൂമിദേവിയൊന്നു തകിടം മറിഞ്ഞുവെങ്കിൽ
ഭൗമാന്തരീക്ഷമൊന്നു മാറിയെങ്കിൽ
ഒരു പുതു പുൽനാമ്പു പിറവിയെടുത്തെങ്കിൽ
ഒരു പുതുയുഗം പിറന്നുവെങ്കിൽ

●

35

നിതാന്തജാഗ്രത

മാലോകരൊക്കെയും കേൾക്കുമാറാകണം
കേവലം ഭ്രാന്തമാമെൻ ജല്പനങ്ങൾ
പുണ്യമെന്നോതുമീ മാനവജന്മത്തെ
ഏകിയെനിക്കീശൻ സംതൃപ്തനായ്

അമ്മയ്ക്കുവേദന നൽകി ഞാൻ
വന്നൂ പുണ്യപുരാണമാം ഭാരതത്തിൽ
നല്ലൊരുനരനായി, നാടിന്നു ഗുണമായി
തൻകുഞ്ഞു വളരുവാൻ മാനസത്തിൽ

പുണ്യപുരാണകഥകൾ പറഞ്ഞൂട്ടി
തൻകാലിൽ നിൽക്കുവാൻ ത്രാണിയേകി
നിതാന്തമാം ജാഗ്രത എന്നിലന്നർപ്പിച്ച
മാതാപിതാക്കൾ പൊലിഞ്ഞുപോകെ

ചുറ്റിനും പകച്ചു കൺപാർത്തു ഞാൻ നിൽക്കെ
കണ്ടതോ കഷ്ടമേ വൈകൃതങ്ങൾ
ഭൂമിമാതാവിനെപ്പോലുമീ മാനവർ
ഭേദ്യം ചെയ്യുന്നിതു കാശുവാരാൻ

കാടില്ല, മേടില്ല, കാട്ടുചോലകളില്ല
കാട്ടുമക്കൾക്കിരിക്കാനിടവുമില്ല
കളകളനിസ്വനമോടെ കുതിക്കുന്ന
പുണ്യനദികളെങ്ങുമില്ല

എങ്ങുതിരിഞ്ഞാലും കോൺക്രീറ്റുമലകൾ
ഉഷ്ണക്കൊടുങ്കാറ്റുയർത്തിടുന്നു
വയലില്ല, കുളമില്ല, കൈതക്കാട്ടിലെ
കുളക്കോഴിയുമിന്നെങ്ങുമില്ല

ശുദ്ധജലത്തിൻ ലഭ്യതയില്ല
പച്ചിലച്ചാർത്തുകളെങ്ങുമില്ല
സഹനത്തിന്നതിരുകൾ പൊട്ടിയ മേദിനി
അലറിക്കലിതുള്ളി നൃത്തമാടി

പണ്ഡിതപാമരഭേദമില്ലാതന്ന്
സർവ്വരുമൊരുമയായ് നിന്നതല്ലേ
എല്ലാംമറന്നിന്ന് വീണ്ടുമീയൂഴിയിൽ
അമ്മപെങ്ങന്മാരെയറിയാതെയായ്

ഭൂമിതൻ കോപം 'നിപ'യായണഞ്ഞു
പക്ഷിപ്പനിയായി, പ്രളയമായി
മാനവ വംശത്തെയുന്മൂലനം ചെയ്യാൻ
കൊറോണയെന്നണുവായി വന്നിതാ വീണ്ടും

കലിതുള്ളി വരുന്നൊരീ കലിയുഗവരദാനം
കൊന്നൊടുക്കീടുന്നു നരവംശത്തെയൊന്നായ്
സ്വാർത്ഥലാഭേച്ഛയിൽ മനസ്സുടക്കാതെ
പൊരുതിടാം നിതാന്തമാം ജാഗ്രതയോടിനി.

●

36

കാടിറങ്ങുന്ന കൊമ്പന്മാർ

കാടിറങ്ങുന്ന കൊമ്പന്മാർ
കാടുകയറുന്നു നായാട്ടുകാരും
കാട്ടിൽ ദുരിതം കയറിയനേരം
നാട്ടിലിറങ്ങാമെന്നൊരു തോന്നൽ

പ്ലാനുകൾ പലതും നെയ്തതുകൂട്ടി
കൊമ്പനും പിടിയും യാത്ര തുടങ്ങി
നാട്ടിൽ ചെന്നഥ നോക്കുന്നേരം
ഹാ ഹാ! കണ്ടൊരു വാഴത്തോട്ടം

പഴുത്തതും മുഴുത്തതും കണ്ടതുനേരം
തലയും കുലുക്കി ചിന്നം വിളിച്ചു
തിന്നുമടുത്തു കുമ്പ നിറഞ്ഞു
കാട്ടിൽക്കയറി വിശ്രമമായി

കള്ളക്കളികൾ കണ്ടാക്കപികൾ
പല്ലുമിളിച്ചു തുള്ളിച്ചാടി
കുട്ടിക്കുഞ്ഞു പരിവാരസമേതം
ഒട്ടും വൈകാതവരുമിറങ്ങി

മാങ്കനി നിറഞ്ഞു കിടക്കുന്നുണ്ടേ
മതിവരുവോളം തീറ്റ തുടങ്ങി
വഴിയെപോകും പഹയന്മാരുടെ
തലയ്ക്കിട്ടങ്ങു കൊടുക്കുന്നുണ്ടേ

വാലില്ലാത്ത നരജന്മങ്ങൾ
കൂട്ടംകൂടിയണയുന്നേരം
മാവിൻകൊമ്പു കുലുക്കിയനേരം
മാങ്ങപെറുക്കാനാളുകൾ കൂടി

തക്കംനോക്കി ഓടിക്കയറി
കാട്ടിൽ പുതുപുതു കേളികളാടി
നാട്ടിൽ മദിച്ചുമടുത്ത പ്രമാണികൾ
തക്കം നോക്കി കാട്ടിൽക്കയറി

കാടതു മൊത്തം തട്ടിയെടുത്തു
കാടിൻ മക്കളെ വലവീശി
ദാരിദ്ര്യത്തിൽ പൂണ്ടു കിടക്കും
കന്യകമാരുടെ മേനിയെ നോക്കി
നാവിൽ വെള്ളമിറക്കി നടന്നു

നാണയത്തുട്ടുകൾ വാരിയെറിഞ്ഞു
മദ്യവും, പുകയില, കഞ്ചാവും
മൂപ്പന്മാരോ മയങ്ങിനടന്നു
കന്യകമാരെ കരത്തിലൊതുക്കി
കാമകേളികളാടിക്കൂടി

തന്തകളില്ലാ മക്കൾ പിറന്നു
ദാരിദ്ര്യത്തിൽ മുങ്ങിത്താണു
കാടില്ലാതെ, കേറിക്കിടക്കാൻ
കൂരയുമില്ലാപ്പാവങ്ങൾ

കായ്കനിയില്ല, തേനില്ലാ
കാട്ടാറുകളും വറ്റിവരണ്ടു
പൈദാഹത്താലലയും മക്കൾ
കഷ്ടതകാണാനാളില്ല

കാടതുമൊത്തം റിസോട്ടായ് മാറി
സുഖിയന്മാർക്കതു മറയായി
എന്നാലിന്നോ കാണുന്നെങ്ങും
പരിതാപത്തിൻ കദനക്കടലും

മണ്ണിടിഞ്ഞും മലകളിടിഞ്ഞും
കാടിൻമക്കൾ മണ്ണിന്നടിയിൽ
ആവർത്തനമിതു വർഷാവർഷം
കാണേണ്ടവരോ കണ്ണുമടച്ചങ്ങിരുട്ടാക്കുന്നു

●

37

കാലം അവിശ്രമം പായുമൊരശ്വം

അവിരാമം തുടിക്കുമെൻ ഹൃദയമതിൻ
നിസ്വനം കേൾപ്പതുണ്ടനുനിമിഷവും ഞാൻ
ഓരോതുടിപ്പതെന്നിലേയ്ക്കടുക്കും
മരണത്തിൻ പദവിന്യാസമതല്ലയോ

കാലം അവിശ്രമം പായുമൊരശ്വമതിൻ
കടിഞ്ഞാണിടാനാർക്കാവുമെന്ന്
അറിയാതഹങ്കരിക്കും മനുജാ നീയൊരു
മൂഢനെന്നു ചൊല്ലിടുന്നു ഞാൻ

സുവർണ്ണരഥമതിലെഴുന്നള്ളുമരുണൻതൻ
തേജസ്സതേറ്റുവാങ്ങുവാൻ കൊതിയോടെ
കാത്തു നിൽപാണഖിലരുമീ
പ്രപഞ്ചമണിമന്ദിരമതിൽ

ഉദിച്ചതില്ലൊരുനാളിതെങ്കിലോ
ഉണരില്ലംബുജവും നമ്മളുമതുപോലെ

ഔദാര്യമതേകിയീശനീയുലകിതിൽ
നരജന്മമിതു പുണ്യജന്മമായി

ധ്വംസനക്രിയകളതു ചെയ്‌വതെന്നാകിലോ
നരകജീവിതമതാകുമെന്നതൊരുമാത്ര
മനനം ചെയ്തീടുക നീ മനുജാ
ആർക്കുമൊന്നിനും കാത്തുനിൽക്കാതെ
കാലവും അവിരാമമവിശ്രമം
പായുമൊരശ്വംകണക്കെ.

●

38

തേയിപുലയി

ഏഴഴകുള്ളൊരീ തേയിപുലയി
ഏമാന്റെ നെഞ്ചിലെ നെരിപ്പോടാണേ
ഏറുകണ്ണിട്ടവൾ നോക്കുന്നേരം
ഏതോന്റെ ചങ്കും പെട പെടയ്ക്കും

തങ്കനിറമൊത്തതേയിപ്പുലയി
തമ്പ്രാന്റെ ചോരയിൽ പിറന്നപോലെ
ചക്കീടെ മോളാണ് തേയിപ്പെണ്ണ്
ചക്കി കറുകറെ കറുത്തതാണേ

പാടത്തും ചേറിലും പണിയുന്നേരം
പാവം ചുവക്കണ കണ്ടോ നിങ്ങൾ
ഞാറുനടുന്നൊരു നേരത്തിങ്കൽ
ഞാറ്റു പാട്ടീണത്തിൽ പാടുന്നേരം

ചേറിൽ വിരിഞ്ഞൊരു താമര പോലവൾ
സുന്ദരി കാന്തി പരത്തുന്നുണ്ടേ
കറ്റയുമേറ്റി നടകൊള്ളുമ്പോൾ
തിത്തെയ്യം തിന്തകം ചന്തമാണേ

നാട്ടിലെ പുവാല ചെക്കന്മാരും
മോഹിച്ചു പിന്നാലെ ചെന്നുവെന്നാൽ
കൈ വീശി മോറിലടിച്ചീടാനും
ഒട്ടും മടിയില്ലാത്തുശിരത്തിയാൾ
താനിന്ത തിന്തക തിന്തകത്താരോ...
താനാരോ തിന്തക തിന്തിമത്താരോ....

●

39

വിരഹാഗ്നി

കുസുമദലനയനേ സഖി നിൻ
ചെന്തളിർക്കപോലമതിങ്കലെൻ

അംഗുലീതലംകൊണ്ടൊന്നു തഴുകീടുവാൻ
തരളിതമാമെൻ മനം തുടിക്കെ

കടക്കണ്ണുകൊണ്ടെന്റെ ചങ്കുതകർക്കുന്ന
ചാട്ടുളിപ്രയോഗമിതെന്തിനാവോ

കാതരെ നീയൊന്നരികിലണഞ്ഞെങ്കിൽ
കോമളമാകുംനിൻ കരപല്ലവിയാൽ

എന്നെത്തഴുകിയുണർത്തിയെങ്കിൽ ഞാനാ
സ്നേഹഗംഗയിലൊഴുകിയേനെ

അകലെയാണെങ്കിലുമനുപമേ നിൻ
ചന്ദനസുഗന്ധതനുവതിങ്കൽ

തഴുകി വരുന്നൊരു സമീരണനെന്നെ
കോൾമയിർക്കൊള്ളിക്കുന്നുണ്ടനുദിനവും

വെണ്ണിലാച്ചോലയിലാറാടി നില്ക്കുമീ-
യൂഴിയുമിന്നൊരു സുന്ദരാംഗീ

അനാഛാദിതമാം അവളുടെ മേനിയിൽ
ചന്ദനപ്പുടവ അണിയിപ്പു ചന്ദ്രൻ

നീൾമിഴിയിണകളാൽ കാണ്മതുണ്ടോ
തേന്മാവിൻ കൊമ്പിലെ ചില്ലകളിൽ

മുട്ടിയുരുമ്മിക്കുറുകിയിരിക്കുന്നു
ഇണക്കുയിലുകളെന്നെ നോക്കി

അകതാരിൽ പുകയുന്നെൻ
വിരഹാഗ്നി കെടുത്തുവാൻ
പാടുമോ നിങ്ങളൊരു പ്രണയഗീതം.

●

40

ഉയരങ്ങൾ തേടുമ്പോൾ

പറക്കമുറ്റാത്ത പൈതലാണുണ്ണീ നീ
പറന്നുയരങ്ങൾ താണ്ടുവാൻ മോഹം

പക്ഷം കരിഞ്ഞിങ്ങു പാരിൽ പതിച്ചിടാം
പക്വതവേണം തവ ചിത്തമതിങ്കലായ്

മതിഭ്രമം വന്നിങ്ങീയാംപാറ്റകൾ
പാവകൻതന്നതിൽ വീണു മരിക്കുന്നു

ഇരകണ്ടുമോഹിച്ചു ചതിയറിയാതെ
ചൂണ്ടയിൽ കുരുങ്ങുന്നു പാവം മീനുകൾ

ചൂണ്ടകൾ, വലകൾ കാണാമറയത്തായ്
ഉണ്ടെന്നു ധരിക്കണം മുന്നോട്ടു നീങ്ങുകിൽ

കാലത്തെ വെല്ലുവാൻ കുതിച്ചുപായുന്ന
നരജന്മമിന്നു വലയ്ക്കുള്ളിലായി

കൈകാലിട്ടടിച്ചു കേഴുന്നു നീയിന്ന്
നരജന്മമിതൊന്നു തിരികെപ്പിടിക്കുവാൻ

കതിരവനുദിക്കുന്നു പൂർവ്വാംബരേ നിത്യം
പടിഞ്ഞാറസ്തമിക്കുന്നു മാറ്റങ്ങളില്ലാതെ

തിരിയുന്നച്ചുതണ്ടിൽ ധരണിയും
രാവും പകലും മാറ്റമില്ലാതണയുന്നു

പറവകൾ മറ്റു ജീവജാലങ്ങളും
മേവുന്നു മോദമായ് മേദിനിതന്നിൽ

സ്വാർത്ഥ മോഹാന്ധരായ് പരക്കംപായുമീ
മർത്ത്യനെമാത്രം കടിഞ്ഞാണിട്ടതാര്?

ചിന്തനം ചെയ്യുകിലുത്തരം നിശ്ചയം
ചിന്തിക്ക മനുഷ്യാ ഒരുമാത്രയെങ്കിലും

●

41

ജീവിതം ഒരു നീർക്കുമിള

ഒരു നീർക്കുമിളപോൽ പൊലിഞ്ഞീടുമെ-
ന്നോർത്തീടുകീ മർത്ത്യജന്മം സഖേ
ഒരു ശ്വാസമെടുത്തതിന്നടുത്ത നിശ്വാസം
വിട്ടിടാനാവുമെന്നാർക്കറിയാം സഖേ

ആർത്തിപൂണ്ടോടീടുവതെന്തിനു നാം വൃഥാ
ആർത്തരായ് കേഴുന്നോർക്കാശ്വാസമേകിടാം
കൊണ്ടുപോകാനാവുമോ നമുക്കീ
വെട്ടിയും കുത്തിയും രക്തപങ്കിലമായി
കൂട്ടി വെച്ചോരർത്ഥം ഓർത്തീടുക സഖേ

ആർദ്രമായീടട്ടെ നിൻ ഹൃത്തടം
നിറയട്ടെ വെട്ടം നിൻ മാനസമതിങ്കൽ
തുളുമ്പട്ടെ മിഴികളിൽ സ്നേഹാശ്രുബിന്ദുക്കൾ
മൊഴികളപരന്നാശ്വാസമേകിടട്ടെ

വിശക്കുന്ന വയറിനന്നമേകീടണം
വീഴുന്നവർക്കു നീ താങ്ങായീടണം
കരുണതൻ സാഗരമായീടണം
മാനവജന്മമിതു പുണ്യജന്മം

●

42

ഉത്സവമേളം

ഇടിയുടെ ദുന്ദുഭി നാദമതുണ്ടേ
മാരിക്കാറിൻ നർത്തനമുണ്ടേ
മഴമുകിലാടകൾ വാരിയെറിഞ്ഞീയുലകിൻ ഹൃദയം
തുടികൊട്ടുന്നു

ഇരുളിൻ മതിലുകൾ
കീറിമുറിക്കാനരുതാതരുണൻ മലയിലൊളിച്ചു
തരുനിരതന്നിൽ നടനം ചെയ്‌വാൻ
പവനൻ ലഹരിയിലാഗതനായി

കളകളരവമോടാടിപ്പാടി
പുളകിതഗാത്രികൾ പുഴകൾ നീളെ
അവരുടെ കാന്തൻതൻ സവിധേയണയാൻ
വിരവോടൊഴുകി

കുയിലുകൾ പാടി മയിലുകളാടി
ഉത്സവമേളം കൊട്ടിക്കയറി
കാക്കപ്പൂവെ കൺമഷിയേറെ
വാരിത്തേച്ചോ കണ്ണിൽ നീ

പൊന്നുടയാടയണിഞ്ഞു
വന്നോരോണപ്പൂവേ നീയെന്തേ
നാണിച്ചങ്ങനെ നിൽപ്പൂ ദൂരെ

ഓണം വന്നതറിഞ്ഞില്ലെ
ചാണകമെഴുകിയ പൂക്കളമതിലോ
തുമ്പപ്പൂവാണൊന്നാമൻ

പൂവട്ടികളേന്തി വരുന്നുണ്ടേ
അയലത്തുള്ളൊരു മുത്തശ്ശി
വട്ടിനിറയ്ക്കാൻ പൂക്കൾ വേണം
പൂവേ പൊലിപൊലി വിളി വേണം
കാടും മലയും വയലും വഴിയും
താണ്ടി പൂക്കളിറുക്കേണം

വെയിലും മഴയും കൂസാതെ
പൈദാഹങ്ങളറിയാതെ
ശൈശവകാലം മനതാരിൽ
പൊന്നൊളി വീശി രമിക്കുന്നു
ഇന്നിനെയോർത്തു വിതുമ്പുന്നു
ഞാനെന്നിലേക്കു മടങ്ങുന്നു.

●

43

ഇരിക്കുന്ന കൊമ്പ്
മുറിക്കാതെ മൂഢരേ...

പ്രളയം വന്നു വിഴുങ്ങിപ്പോയി
തല ചായ്ക്കാനിന്നിടമില്ലാതായ്
ജീവൻ മാത്രം കൈമുതലാക്കി
കുടുംബത്തോടൊത്ത് വന്നു ഞാനും
ദുരിതാശ്വാസക്യാമ്പിതിലായ്

പ്രകൃതിതൻ മക്കൾ മാനവർ നമ്മൾ
അറിയണമമ്മയാം ഭൂമിദേവിയെ
പിറന്നതുമീയങ്കതലത്തിൽ
വളർന്നു വസിപ്പതുമീ സ്വർഗ്ഗംതന്നിൽ
പൈദാഹമകറ്റീയമ്മ
സർവ്വചരാചരമക്കളെയൂട്ടി

വീണ്ടുവിചാരമതില്ലാതെ
മാതാവിൻ മാറിടമാകെയിടിച്ചു നിരത്തി
കോൺക്രീറ്റു സൗധങ്ങളുയർത്തി
അമ്മതൻ നാഡീഞരമ്പുകളാം
തെളിനീരുറവകൾ മലീമസമാക്കി

ഇനിവരും തലമുറയ്ക്കായ്
സംഭരിച്ചൊരായമൃതിൻ കലശമാം
മാമലകളെയിടിച്ചു നിരത്തി
പക്ഷിമൃഗാദികൾ സ്വച്ഛന്ദം വിഹരിക്കുമാ

കാനനമഹോ ചുട്ടെരിച്ചവർ നിങ്ങൾ
കാനനവാസികൾ, കാടിൻ മക്കൾ
പ്രളയക്കെടുതിയിൽ മണ്ണിന്നടിയിൽ
സ്വാർത്ഥതന്നുടെ ഭീകരരൂപം

മാനവനിന്നീ ചെയ്യും ക്രൂരത
കേരളമെന്നൊരിടമീ ഭൂമിയിൽ
ഇല്ലാതാക്കാനുതകുമതോർക്കുക
സഹനമതിന്നതിർവരമ്പുകടന്നാൽ
സഹിയാതമ്മയൊന്നു പിടഞ്ഞാൽ
ഭൂമി കുലുങ്ങിക്കൊടുങ്കാറ്റായി
പേമാരിയിലിവിടം ശ്മശാനമായീടുന്നു
കേരളനാടതിൻ രക്ഷയ്ക്കായി,
ഇരിക്കും കൊമ്പുമുറിക്കാതെ മൂഢാ...

●

44

ഇവൻ താന്തോന്നി

മാതാപിതാക്കൾതൻ ലാളനയിൽ
വളർന്നവനിന്നു താന്തോന്നിയെന്നോ!
മര്യാദരാമനവൻ മൃദുശീലൻ
മതമാത്സര്യങ്ങളില്ലാത്ത മനുജൻ
മാതാപിതാ ഗുരു ദൈവമെന്ന്
മനമേപാടിപ്പഠിച്ച ഗുണവാൻ

പാവങ്ങൾക്കവനിന്നുറ്റ തോഴൻ
പട്ടിണിമാറ്റാനന്നം കൊടുക്കുന്നവൻ
വേദനിക്കുന്നവർക്കാശ്വാസമാണവൻ
വേദങ്ങളോതാത്ത സാന്ത്വനചിത്തൻ
പ്രാസംഗികനല്ലവൻ പ്രസാദചിത്തൻ
പ്രാണൻ പോകിലും പരസഹായി

അനീതികൾക്കെതിരെ സ്വരമുയർത്തുന്നവൻ
അഹന്തയെന്നൊരു ഭാവമേശാത്തവൻ
സ്നേഹംചൊരിഞ്ഞും സഹായമതേകിയും
താങ്ങും തണലുമായ് മേവുന്നവൻ
ചെയ്യുന്ന കർമ്മത്തിൻ മഹത്വമറിഞ്ഞതി-
ശുദ്ധതയോടെ ചരിക്കുന്നവൻ

അർത്ഥമതേകി സ്വായത്തമാക്കാൻ
പറ്റാത്ത വീരൻ ശുഭകാംക്ഷിയാമവൻ
സ്വാർത്ഥമോഹികൾതൻ സംഹാരരൂപൻ
അവർക്കിവനെന്നുമൊരു താന്തോന്നിമാത്രം

●

45

പുലരി

പുലരിപ്പൊൻകതിർ വാരിയെറിഞ്ഞു
കതിരവനണയാൻ
സമയമതായെന്നറിയിക്കുന്നു
കാക്ക കരഞ്ഞു
നീണ്ടു നിവർന്നൊന്നാഞ്ഞുയർന്നു
കൂകിത്തെരുതെരെ പൂങ്കോഴികളും

കോകിലമൊന്നാത്തേൻമാവിൻ
കൊമ്പിലിരുന്നൊരു മധുരിതഗാനം
പാടുന്നതു കേട്ടിണയും പാടി
പുലരിക്കായൊരു സ്വാഗതഗാനം

മുല്ലപ്പൂവിൻ സുഗന്ധവുമായി
വന്നു സമീരണൻ മെല്ലെ വീശി
വെട്ടം കിഴക്കു വീഴും മുമ്പെ
അമ്മയെണീറ്റു മുറ്റം തൂക്കാൻ

ഒരു ചെറുകിരണത്തലോടലേൽക്കാൻ
വാരിജമുകുളം തപസ്സിരിപ്പൂ
ഹരിതക്കമ്പളവിരിയതിൻ മീതെ
ആരോ തൂകി മുത്തുകൾ നീളെ

ശംഖൊലി വാനിലുയരുന്നുണ്ടേ
മന്ത്രധ്വനികളുമകമ്പടിയുണ്ടേ
വിടരാൻ വെമ്പും പൂവുകൾ തേടി
കരിവണ്ടുകളിങ്ങഗാതമായി

കളകളഗാനം പാടിയൊഴുകി
പുളകിതഗാത്രികളരുവികളും
പശുക്കിടാവിന്നമറൽ കേട്ടു
അമ്മപ്പശുവിന്നകിടുചുരന്നു

പ്രകൃതിരമണി തരളിതഗാത്രി
പ്രിയനെക്കാണാതുഴറുമ്പോൾ
പകലോനണഞ്ഞു സുവർണ്ണരഥത്തിൽ
തഴുകിയൂഴിയേ കസവണിയിക്കാൻ
ഒരുദിനം ദിനനുദിച്ചില്ലെങ്കിൽ
ഒരുമാത്രയിതൊന്നോർത്തീടുക നാം

●

46

പ്രതിജ്ഞ

നന്മനിറഞ്ഞൊരീ പുണ്യപുരാതന
ധർമ്മഭുവിതിൽ ജന്മംകൊണ്ടവർ നാം

ജന്മങ്ങളെത്രയോ ജീവിച്ചു മരിച്ചിട്ടു
കിട്ടിയതാണീപുണ്യ മാനവജന്മം

സർവ്വചരാചരജന്മങ്ങൾ വാഴുമീ
ഭൂമിയിലേവർക്കുമർഹത തുല്യമാം

എന്നതു മാനസേ ചിന്തിച്ചുറപ്പിക്ക
പ്രതിജ്ഞ ചെയ്തിടണം നന്മ ചെയ്തീടുവാൻ

സ്വാർത്ഥതാല്പര്യമോടെ ചരിക്കൊലാ
ഭൂമിയാമമ്മയ്ക്കു ദോഷം വരുത്തൊലാ

ആർത്തരായ് കേഴുന്നോർക്കാശ്രയമാവുക
നന്മതൻകേദാരമായീടണം മനം

എന്നുമരുണനുദിക്കുന്നു പൂർവ്വാംബരേ
സർവ്വചരാചരങ്ങൾക്ക് ജീവനേകീടുവാൻ

മുറപോലെ സായന്തനത്തിൽ മറയുന്നു
സർവ്വരും ഭൂവിതിൽ സുഷുപ്തിയിലമരുന്നു

കാടുകളാറുകൾ കുന്നും മലകളും
ജീവജാലങ്ങൾക്കു നന്മയേകീടുവാൻ

തിങ്ങിടും പച്ചിലച്ചാർത്തിനാലല്ലയോ
ശുദ്ധവായുവതേകിടുന്നു പ്രകൃതിയും

ഒന്നു മറ്റൊന്നിനു ജീവൽ പ്രധാനമാം
മർത്ത്യർ മാത്രമിതെന്തിങ്ങനെ ദുഷ്ടരായ്

പ്രകൃതി കാണിക്കും നന്മകൾ കാണണം
മനസ്സിൽ പ്രതിജ്ഞയെന്നുമെടുക്കണം

സത്യധർമ്മാദി വെടിയില്ലൊരിക്കലും
നന്മതൻ പാതയിൽ ചരിച്ചിടാം നമുക്കെന്നും

●

47

മൂകം

മനസ്സിൻ മൂകമാം തന്ത്രികളിൽ
കേൾക്കുന്നു ഞാനെന്റെ ഹൃദയതാളം
ഹർഷോന്മാദത്തിരകൾ തുടിച്ചിടും
പോയകാലത്തിന്റെ മർമ്മരങ്ങൾ

വ്രണിതമാം മനസ്സിന്റെ നിമന്ത്രണങ്ങൾ
കാതോർക്കുവാനില്ലിവിടെയാരും
പ്രായത്തെ മാനിക്കാനാവാത്ത മക്കൾ
നടതള്ളിയെന്നെയീ മന്ദിരത്തിൽ

പീഢകളേറെ സഹിച്ചു വളർത്തിയ
മക്കൾക്കു വേണ്ടാത്ത ഭാരങ്ങളിവിടെ
അന്ത്യസമയവും കാത്തു കിടക്കുന്നു
സനാഥരാണെങ്കിലുമനാഥരെപ്പോൽ

ഇനിയും വരുന്ന തലമുറയ്ക്കായ്
തീർക്കണമിനിയും വൃദ്ധമന്ദിരങ്ങൾ
അവർക്കുള്ള വഴികാട്ടി നിങ്ങളല്ലേ
അതുകണ്ടു വളരുന്ന മക്കളല്ലേ?

●

48

വനരോദനം

നീലിപ്പെണ്ണിന്റെ രോദനം കേൾക്കുന്നു
നീലക്കാടുകൾ ഞെട്ടിവിറയ്ക്കുന്നു
നീലനിശീഥിനി കണ്ണടച്ചീടുന്നു
നീലാംബരം മൂകമായ് കേണിടുന്നു

അച്ഛനില്ലാത്ത കുഞ്ഞുങ്ങൾ പെരുകുന്നു
അഷ്ടിക്കു വക കാണാ പാവങ്ങൾ തേങ്ങുന്നു
റേഷൻ കാർഡില്ലരിയുമില്ല
നാണം മറയ്ക്കാൻ തുണിയുമില്ല

ദീനം വന്നാൽ മരുന്നുമില്ലാ
ദീനത കാണാനാരുമില്ല
ജനിച്ചതും വളർന്നതുമീ കാട്ടിൽ
അവസാനനിദ്രയുമീയിടം തന്നിൽ

പണ്ടേയ്ക്കു പണ്ടേ തനതായ കാടുകൾ
ഇന്നവർക്കന്യമായ്പ്പോയതെങ്ങനെ?
തേനില്ല, കനിയില്ല, കാട്ടാറുമില്ല
കാട്ടു കിഴങ്ങുകൾ കാണാനേയില്ല

കാടുമുടിച്ചു നാടാക്കി മാറ്റുവോർ
കാട്ടുന്ന ക്രൂരതയാരു കാണ്മൂ
മരം മുറിച്ചും മലകളിടിച്ചും
സുഖശീതളഹർമ്മ്യങ്ങളുയർത്തുന്നു

മോഹന വാഗ്ദാനങ്ങളേകിയാക്കാടിന്റെ
കന്യകമാരെ വലവീശിപ്പിടിക്കുന്നു
ആദിവാസികളെയുദ്ധരിച്ചീടുവാൻ
ഫണ്ടുകളേറെയുണ്ടെന്നാകിലും

ഫണ്ടും മനസ്സിൽ കണ്ടുകണ്ടങ്ങനെ
കീശ വീർപ്പിക്കുന്നു നാട്ടിലെ മാന്യന്മാർ
പാർട്ടി പലതും മാറിമറിഞ്ഞാലും
ഭരണപരിഷ്ക്കാരമേറിയാലും
പരിഹാരമൊരിക്കലുമെത്തിനോക്കാതെ
പാടുപെടുന്നിതു കാടിന്റെ മക്കൾ

ജാതി, മത, ഭേദമേശാതെയും
പാർട്ടിക്കോമരങ്ങളുറഞ്ഞു തുള്ളാതെയും
ഒത്തുചേർന്നീടുവിൻ നട്ടം തിരിയുന്ന
കാടിന്റെ മക്കൾതൻ കണ്ണീരൊപ്പുവാൻ

●

49

ഏകാദശിവ്രതനാളിൽ

ഏകാദശീവ്രതനാളിലിന്ന്
ഗുരുപവനപുരേയെത്തി ഞാനും
വാകച്ചാർത്തു ഞാൻ കണ്ടു നിന്നൂ
തിരുമേനിയിലെൻ മനം തഴുകി നിന്നു
കളഭാഭിഷേകവും ഹൃദയത്തിൽ കണ്ണാ
കളിയാടുന്നു നിത്യം മുകിൽവർണ്ണാ
ഒരു തുളസീദലമാല്യമൊന്നാ
തീരുമാറിലണിയിക്കാൻ മോഹമുണ്ടേ

അകലെയാണെങ്കിലും കർണ്ണങ്ങളിൽ
തൃക്കാൽച്ചിലമ്പൊലിനാദമുണ്ടേ
അരമണികിങ്ങിണി കിലുക്കി നീയരികിൽ
നൃത്തമാടുകയാണല്ലൊ കണ്ണാ
അഴലിൻകയങ്ങളിൽ മുങ്ങിത്താഴുമീ
അഗതികൾക്കാശ്രയം നീ മാത്രം
അഞ്ജനക്കണ്ണായാലിലക്കണ്ണാ
അകമേ വിളയാടു മുകിൽവർണ്ണാ

ഭൂമിതൻ ഭാരം കളവതിനായി
പാരിതിൽ വീണ്ടും പിറക്കുമോ നീ
കംസന്മാർ വാണിടുമീ പുണ്യഭൂവിതിൽ
ഇനിയുമൊരവതാരം ചെയ്തീടണേ
കൃഷ്ണാ ഹരേ ജയ കൃഷ്ണാ ഹരേ ജയ
ദുഷ്ട വിനാശനാ കൃഷ്ണാ ഹരേ

●

50

പടിയിറക്കം

മക്കളെക്കണ്ട് മനക്കോട്ട വേണ്ടെന്നെൻ-
ജീവിതമിന്നൊരു സാക്ഷിപത്രം

കഷ്ടതയെന്തെന്നറിയാതെ പോറ്റിയെൻമക്കൾ
വാഴുന്നിന്നു രമ്യഹർമ്യങ്ങളിൽ

എൻപാതിയെന്നെപ്പിരിഞ്ഞുപോയ്
വാഴ്‌വിൽ ഞാനേകനായിത്തീർന്നുപോയ്

അച്ഛായെന്നുള്ളൊരു വിളി കേട്ടിടാനായ്
മാനസം തുടികൊട്ടുന്നുണ്ടെന്നുമെന്നും

ഇന്നിതാ വന്നവരാക്രോശിച്ചെന്നോട്
എന്തിന്നിവിടെക്കിടന്നീടുന്നു വൃഥാ

സ്ഥലമൊന്നുകാലിയാക്കുകിലിവിടെയാ-
കാർപാർക്കിങ്ങ് സൗകര്യമൊരുക്കിയേനെ

ഓർത്തുപോയ് ഞാനെന്റെ ഭാര്യയും
മക്കളുമൊന്നിച്ചു ജീവിച്ച നല്ലകാലം

ചങ്കുതകരുന്ന നൊമ്പരമോടെയീ
പടികളിറങ്ങുന്നു തേങ്ങലോടെ.

●

51

പീഡനം

യാമിനീതൻ യാമങ്ങളേറെ കൊഴിഞ്ഞു
രാപ്പാടിനീയുമുറങ്ങിയില്ല

ഇണക്കിളിയകന്നു പോയതാണോ
മറ്റൊരിണയെത്തേടിയകന്നതാണോ?

ജീവിതമിത്രമേൽ ദു:സ്സഹമാ-
ണേകാന്തതയിലുരുകുന്നു ഞാനും

വിഫലമായ് ജീവിതം മടുത്തുപോയി
മരണത്തിൻ മാറിലൊളിച്ചുവെങ്കിൽ

മംഗല്യസൂത്രമണിയിച്ചു ഞാൻ
വരിച്ചയെന്നർദ്ധാംഗിനി പ്രവാസിയാമെന്റെ

സർവ്വവും കവർന്നു താലിതൻപെരുമയിൽ
വെറും കുചേലനായിന്നു മാറി ഞാൻ

മറ്റൊരു സ്വർണ്ണക്കൂട്ടിലാണിന്നവൾ
വ്രണിതമാം ഹൃദയം, ഒഴുകുന്നു നിണവും

മന:ശ്ശാന്തിയകന്നു, മാലുകളേറി
ഇന്നലെക്കണ്ട കിനാവുകളില്ല

സത്യവും മിഥ്യയുമറിയുന്നില്ലാ
സ്ത്രീകൾതൻ പീഡനമേൽക്കുന്ന

പുരുഷനും ഉണ്ടോ നീതി, നിയമങ്ങളിവിടെ?
മാറ്റണം നിയമങ്ങൾ, മാറണം കാലത്തിനൊത്ത്

പീഡനമേൽക്കുന്ന
പുരുഷനുമുണ്ടെന്നതോർമ്മവേണം

വർഷങ്ങളേറെ മരുഭൂമി തന്നിൽ
വിയർപ്പു ചിന്തിസ്വരുക്കൂട്ടിയതാം

സ്വത്തു കവർന്നൊരാ ചെയ്തികൾ
നീതിക്കു നിരക്കുന്നതാകുമോ
അതിൽ ലിംഗഭേദത്തിനെന്തർത്ഥം?

●

52

വേനൽമഴയിൽ

ചുട്ടുപഴുത്തൊരാ കതിരോന്റെ താപത്താൽ
തിളച്ചു കരിഞ്ഞൂഴിതളരവേ

തൊണ്ടവരണ്ടു നീർ വറ്റിയുണങ്ങി
ഒരു തുള്ളിജലത്തിനായ് കൊതിച്ചിരിക്കേ

ഉണങ്ങുന്നു തരുക്കളും, തളരുന്നു കിളികളും
ദാഹനീർ തേടുന്നു ജീവജാലം

പ്രാർത്ഥനാനിരതരായ് മാനത്തു നോക്കേ
കാണുന്നു കാർമേഘക്കരിമ്പടങ്ങൾ

സൂര്യനെമൂടിയിട്ടാശ്വാസവീചികൾ
കാറ്റായി കരുണതന്നൊലി മുഴങ്ങി

പകലിലും, ഇരുട്ടിൻ പുതപ്പിനാൽമൂടിയ
ധരണിയിൽ പൊഴിയുന്നു

കുളിരാർന്ന മുത്തുമണികൾ നീളെ
ദുന്ദുഭിനാദഘോഷമതോടെ

മിന്നൽപ്പിണരിന്നകമ്പടിയോടെ
നിറയുന്നു മാരിക്കാർ മാനത്തല്ലോ

തുള്ളിക്കൊരുകുടമെന്ന കണക്കെ
പെയ്തിറങ്ങുന്നു ക്ഷിതിതൻമാറിലായ്

കാറ്റിന്റെ കുസൃതിയിൽ ആലോലമാടുന്നു
ലാസ്യകേളികളാടുന്നു തരുക്കളും

കിളികൾ പാടുന്നു സന്തോഷഗാനം
കൊതിയോടെയെത്രനാൾ കാത്തിരുന്നു
പ്രകൃതിതൻ വരദാനം ഈ മഴയ്ക്കായ്

●

53

സ്വപ്നക്കച്ചവടക്കാർ

വിശക്കുന്നവയറിനു, പ്രതീക്ഷകളേകി
കടത്തുന്നു ബാല്യകൗമാരങ്ങളെ
മണലാരണ്യത്തിൻ നരകക്കുഴിയിലോ
ഇരുട്ടിൻമറവിലെ വില്പനശാലയിലോ

പരിശുദ്ധമാനസരാം വനവാസികളെ
മാധുര്യമൂറും മൊഴിയാൽ മയക്കി
ഇത്തിരി മദ്യവും, ലഹരിയുമേകി
കശക്കിയെറിയുന്നു കാട്ടുപൂക്കളെ
ക്രൂരരാം മാനവർ നാട്ടുപ്രമാണിമാർ

നിക്ഷേപമിരട്ടിപ്പിൻ മാസ്മരവിദ്യതൻ
വാക്ചാതുരിയിൽപെട്ട്, മഷിയിട്ടു നോക്കിയാൽ
കാണില്ലവരെയിരുട്ടിൽത്തപ്പുന്നു പാവം ജനം
വിദ്യതൻകവാടം വില്പന കേന്ദ്രം
ലക്ഷങ്ങൾ വിലപേശി ലേലത്തിൽ പിടിക്കാം

മംഗല്യസൂത്രം കൊലക്കയറാവുന്നു
സ്വത്തു സമ്പാദിക്കാനെളുപ്പ മാർഗ്ഗം
അമ്മയും, പെങ്ങളും, തൻ ചോരയിൽ
പിറന്ന മക്കളും വില്പനച്ചരക്കായി
മാറുന്ന കാഴ്ച്ചകൾ

വിശ്വാസമൊന്നിലും വേണ്ടയീ കാലത്ത്
വില്പനച്ചരക്കാണ് സർവതും
ഇനിയും വളരുന്ന തലമുറയ്ക്കേകുവിൻ
നന്മതൻ വായുവും, വെള്ളവു, മന്നവും
ഇളംനാമ്പുകൾതന്നിളം മനസ്സിൽ
ദുഷ്ടപ്പിശാചുക്കളേറാതിരിക്കാൻ
മൊബൈലെന്നൊരാ മാന്ത്രികപ്പെട്ടിയിൽ
കുടികൊള്ളും കാമപ്പിശാചുക്കളെ
തൂത്തെറിയാനുള്ള മാർഗ്ഗമാരായുക
നിയമങ്ങൾ കർക്കശമാക്കുവിൻ
തിയതിതൻ ദേവതേ മിഴി തുറക്കൂ.

●

54

അനാഥജന്മങ്ങൾ

തെരുവിൽ കഴിയുന്നുണ്ടനാഥ ജന്മങ്ങൾ
പണമേകി സുഖം വാങ്ങി
മക്കളെ ജനിപ്പിച്ചനാഥരായ്
തെരുവിലലയുന്നു പാവങ്ങൾ

വിശക്കുമ്പോൾ കൈ നീട്ടി മുന്നിലെത്തുന്നത്
നിൻ ബീജദാനത്തിന്നാൾരൂപമാവാം
എത്രയിടങ്ങളിലെത്ര വിതച്ചെന്ന്
മനനം ചെയ്ക നീയിടയ്ക്കെങ്കിലും

അതിലുരുവായി പിറന്നു വളർന്നവൾ
മകളെന്നറിയാതെ വിലപേശിയോ നീ?
പകലിൻ വെളിച്ചത്തിലറപ്പോടകറ്റുന്ന
അനാഥജന്മങ്ങളിൽ നിൻ പകർപ്പുണ്ടോ !

മാതാപിതാക്കളുണ്ടവർക്കെന്ന-
തേവർക്കുമറിയുന്ന പരമാർത്ഥമല്ലേ ?
സത്യത്തിൻനേരെ മുഖം തിരിക്കാതെ
മനുഷ്യാവകാശങ്ങൾക്കിവരുമർഹരല്ലേ?

ചെളിയിൽപൂണ്ടു കിടക്കുമിവരെ
കണ്ടില്ലെന്നു നടിക്കാതിരിക്കണേ
വ്യഥയാലൊഴുകുമാ കണ്ണുനീർച്ചാലുകൾ
വിരലാൽ തഴുകി ഒപ്പിയെടുക്കുക
വിശന്നു പുകയുമായുദരത്തിനിത്തിരി
അന്നം കൊടുക്കുവാൻ കരുണ കാണിക്കുക
മനുഷ്യരായിവരേയുമംഗീകരിക്കുവിൻ
ജീവിതം സുഗമമാക്കുവാനിവർക്കായ്
നിയമമേ നിൻ സഹായഹസ്തങ്ങൾ നീട്ടുക

●

55

നിയമങ്ങൾ തേടി

കലിപൂണ്ടു മഴ പെയ്യും
കർക്കടരാവൊന്നിൽ
കരഞ്ഞു പിറന്നു വീണവനിയിൽ ഞാൻ
മിഴികൾ തുറന്നപ്പോളമ്മതൻ മുഖപത്മം
കണ്ടുഞാൻ ചിരിച്ചെന്നമ്മ ചൊല്ലി
മാറോടണച്ചെന്നെ മാതൃവാത്സല്യത്താൽ
ദുഗ്ദമേകിയെന്നെ ലാളിച്ചു

വാക്കുകളെണ്ണിപ്പറഞ്ഞു പഠിപ്പിച്ചു
അച്ഛനെന്നുര ചെയ്യാനച്ഛനെക്കണ്ടതില്ല
അച്ഛന്റെ കൈ പിടിച്ചു പിച്ച നടക്കുവാ-
നച്ഛനെങ്ങെന്നമ്മയോതിയില്ലാ

അച്ഛന്റെ മടിയിലിരുന്ന്
ഹരിശ്രീയെഴുതുവാനും കഴിഞ്ഞതില്ല
ബാലികയായപ്പോൾ ബുദ്ധി തെളിഞ്ഞപ്പോൾ
അച്ഛനില്ലാത്തതിനുത്തരം തേടി ഞാൻ
ഉത്തരം പറയാനാവാതേങ്ങിയെന്നമ്മയും ചൊല്ലി
മകളേയതമ്മയ്ക്കുമറിയാത്ത കാര്യം

ഇരുളിന്റെ മറവിലാച്ചെറ്റക്കുടിലിൽ
ഒരു രാത്രി വന്നൊരു നരാധമൻ
അമ്മയിൽ വിത്തിട്ടു വിരിഞ്ഞ
കുഞ്ഞാണു ഞാൻ.

അച്ഛനില്ലാത്തൊരനാഥപ്പിറവി
വെറുക്കുന്നിന്നു ഞാൻ നരാധമന്മാരെ
അടരാടുന്നിന്നു വനിതകൾക്കായി
നിയമങ്ങൾ തേടുന്നബലകൾക്കായി

●

56

അഴിയുന്ന ബന്ധങ്ങൾ

അഴിയുന്നിതെന്തേ ബന്ധങ്ങളിവിടെ?
ഇഴചേർത്തുവെയ്ക്കാനാവാതെ കഷ്ടം
പ്രാണനെപ്പോലെ പരിരക്ഷിച്ചു വളർത്തിയ
മക്കളുപേക്ഷിക്കുന്നച്ഛനമ്മമാരെ

താലിച്ചരടിൽക്കോർത്തു, കൈ പിടിച്ചനുഗ്രഹിച്ച
ഇണക്കിളികൾതൻ രോദനം ഉയരുന്നതെന്തേ

അത്യാർത്തിമൂത്തു തന്നർദ്ധാംഗിനിയുടെ
ജീവനെടുക്കുന്നു കശ്മലൻമാർ
ബന്ധങ്ങൾക്കില്ലാ സ്നേഹത്തിൻ കെട്ടുറപ്പ്
വിശ്വാസവഞ്ചനയിലെല്ലാം കവർന്ന്
വഞ്ചിതരാവുന്ന മനുജർ പെരുകുന്നു

സത്യവും ധർമ്മവും നീതിയുമെന്തെന്ന്
ഒട്ടുമേയുള്ളത്തിലേ ശാത്തജനം
കാട്ടിക്കൂട്ടു ന്നുവിക്രിയകൾ

ശാശ്വതബന്ധങ്ങളൂട്ടിയുറപ്പിക്കാതെ
നെട്ടോട്ടമോടുന്നു ശ്വാനന്മാർകണക്കെ
അഴിയുന്നു ബന്ധങ്ങളകലുന്നു ഹൃദയങ്ങൾ

●

57

തർപ്പണം

കർക്കിടകക്കറുത്ത വാവല്ലേയിന്ന്
മോടിയായ് തർപ്പണം
ചെയ്തിടാമച്ഛനുമമ്മയ്ക്കും
നാലുപേരറിഞ്ഞിടേണം ഞാൻ
മാതാപിതാക്കളെ സ്മരിക്കുന്ന പുത്രൻ

തർപ്പണം ചെയ്യിക്കാൻ വന്നൊരു വിദ്വാൻ
കൂടെ വരുന്നുണ്ട് ക്യാമറാമാനും
വീട്ടിലായുണ്ട് വിരുന്നുകാരേറെ
കാലേ കുളിച്ചുക്രിയകളും ചെയ്തു

വൈകീട്ട് വീട്ടിൽ വലിയൊരു വിരുന്നിന്
മദ്യവും മാംസവുമിഷ്ടത്തിനൊത്ത്
അച്ഛനുമമ്മയ്ക്കുമേക പുത്രൻ
മാതാപിതാക്കൾ ഭാരമായിത്തോന്നി
വൃദ്ധസദനത്തിൽ വിട്ടിട്ടുപോയവൻ
അവനാണിവനെന്നാരറിയുന്നു!

ജീവിച്ചിരിക്കുമ്പോളന്നമൂട്ടാതെ
മിഴികളിൽ നിറയുന്ന കണ്ണുനീരൊപ്പാതെ
പാലൂട്ടിത്താരാട്ടി നോക്കി വളർത്തിയ
മകനെക്കാണാതനാഥരായ് മരിച്ച
മകനിന്നുചെയ്യുന്നതർപ്പണമിതാർക്കുവേണ്ടി?

●

58

ഓർമ്മയിലൊരു ചായക്കട

ബാല്യകാലത്തെയെന്നോർമ്മത്തുരുത്തിൽ
തെളിയുന്നുണ്ടിന്നുമാ ചായക്കട
ചെറിയൊരു, പശുത്തൊഴുത്തുപോലെ
കെട്ടിയുണ്ടാക്കിയ ചായക്കട
പലനാൾകൂടുമ്പോളച്ഛന്റെ കൈയ്യിൽ
തൂങ്ങിയിടവഴി താണ്ടി മെല്ലെ
അപ്പുണ്ണിയുടെ ചായക്കടയി-
ലെത്തുമ്പോൾ ഹാ! നറുമണം മൂക്കിലെത്തും
പഴംപൊരി ,പരിപ്പുവട,യരി നുറുക്കും,
എള്ളുണ്ട, പുട്ടും, കടലക്കറിയും
വെള്ളപ്പമുണ്ടേയെന്നെ നോക്കിച്ചിരിച്ചിടുന്നു
എങ്കിലുമെനിക്കിഷ്ടം പരിപ്പുവട

●

59

ഊഴവുംകാത്ത്

താണ്ടുവാനേറെയില്ലിനി വഴികൾ
പാദങ്ങളിടറുന്നു വിറകൊള്ളുന്നു ദേഹവും
ജീവനെ നിലനിർത്താൻ പാടുപെടുന്നു
ഇറ്റു ശ്വാസത്തിനായ് പിടയുന്നു ഞാൻ
ഉറ്റവരുടയവരാരുമില്ലരികത്തെൻ
കണ്മണിക്കുഞ്ഞുങ്ങളെങ്ങുപോയി
ജന്മത്തിൽ സുകൃതമാമെൻപാതിയും
അകലത്തിരുന്നെൻ ജീവശ്വാസത്തിനായ്
പ്രാർത്ഥിക്കയാവാം

നിമിഷങ്ങളെണ്ണിക്കഴിയും ജീവനെ
തിരികെപ്പിടിക്കാൻ പാടുപെടുന്നവർ
സ്വന്തംജീവൻ പണയം വെച്ചപരന്റെ
പ്രാണനുരക്ഷയേകുന്നവരേ നിങ്ങൾക്കു വന്ദനം.
പ്രാണവായുതന്നവസാന കണികയും
വലിച്ചെടുത്തെൻ പ്രാണനിതായീദേഹം വെടിയുന്നു
ഏറെ നേരമായ്ക്കിടക്കുന്നീ മൃതദേഹ-
മേറെ നീളമുള്ളവരിയിലതിന്നൂഴവും കാത്ത്
വരിഞ്ഞു കെട്ടിയാക്കെട്ടിന്നുള്ളിൽ
തുടിച്ചിരുന്നൊരുഹൃദയമേറെ മോഹങ്ങളുമായ്

മരിച്ചാലുമൂഴം കാക്കേണ്ട ഗതികേടിതെന്തൊരു

ദുർഗ്ഗതി മാനവകുലത്തിനിതെന്തയ്യോ!
ചിതയിലെരിയുന്ന ദേഹമേതെന്നറിയാതകലെക്കാ
ത്തുനില്പാണു ബന്ധുക്കൾ
മരണാനന്തര കർമ്മങ്ങളില്ല,
ജാതി മതത്തിൻ മതിൽക്കെട്ടില്ലാതൊരുപിടി-
ചാരമാകുന്നു ജനം
അവനിയിൽ മുഴുവനും
എരിയുന്നുണ്ടഗ്നികുണ്ഡങ്ങൾ
കലിയുഗമിത് നരവംശത്തിന്നവസാന കാലമോ?
വെല്ലണമീമഹാമാരിയെ
മനസ്സുകൊണ്ടൊറ്റക്കെട്ടായ്
അകലംപാലിച്ചിടാം ശുഭാപ്തിവിശ്വാസമോടെ

●

60

അകലമീയുലകിൽ

അകലെയാണെങ്കിലുമനുപമേനി-
ന്നോർമ്മയിൽ ഞാനീ മണലാരണ്യമിതിൽ
മൂകമായ്ത്തേങ്ങും ഹൃദയവുമായി നീ
അകലെയങ്ങാ മലയാളനാട്ടിൽ
അരികിലാണെങ്കിലുമകലത്തിൽ കഴിയാൻ
വിധിച്ചതെന്തീശ്വരനിപ്രപഞ്ചത്തിൽ
അമ്മതന്നങ്കത്തിലിരിക്കാൻ കൊതിയോടെ-
യരുമക്കിടാവങ്ങടുത്തണഞ്ഞാൽ
അരുതരുതേയകന്നിരിക്കു-
കൊറോണയാണമ്മയ്ക്കു മുത്തേ...
കാലം കല്പിച്ചതെന്തിനീ ശിക്ഷ?
അകലുവാനാണോ അടുത്തതു നമ്മൾ
പരിരംഭണത്തിൽ മയങ്ങുവാൻ മോഹം
കമിതാക്കളകലുന്നു നോവുന്നു ഹൃദയം
കദനക്കണ്ണീർക്കയങ്ങൾ പെരുകുന്നു
മാതാപിതാക്കൾതൻ ശവദാഹസമയത്തും
കടമകളില്ല കർമ്മങ്ങളും
മിഴികൾ തുളുമ്പുന്നുണ്ടകലങ്ങളിൽ
അകലുകയരുതേ മനസ്സുകൾ തമ്മിൽ
അകലംപാലിച്ചു മുന്നോട്ടുനീങ്ങാം

●

www.ingramcontent.com/pod-product-compliance
Lightning Source LLC
LaVergne TN
LVHW040818051026
849519LV00007BA/2660
* 9 7 8 9 3 9 0 9 9 9 3 0 9 *